I Hope the Rain Won't Stop

MgaKathaNiPipen & Shaina S. A.

Ukiyoto Publishing

All global publishing rights are held by

Ukiyoto Publishing

Published in 2022

Content Copyright © MgaKathaNiPipen & Shaina S. A.

ISBN 9789359203874

All rights reserved.
No part of this publication may be reproduced, transmitted, or stored in a retrieval system, in any form by any means, electronic, mechanical, photocopying, recording or otherwise, without the prior permission of the publisher.

The moral rights of the author have been asserted.

This is a work of fiction. Names, characters, businesses, places, events, locales, and incidents are either the products of the author's imagination or used in a fictitious manner. Any resemblance to actual persons, living or dead, or actual events is purely coincidental.

This book is sold subject to the condition that it shall not by way of trade or otherwise, be lent, resold, hired out or otherwise circulated, without the publisher's prior consent, in any form of binding or cover other than that in which it is published.

www.ukiyoto.com

This book is dedicated to those who finds joy in the tiniest things.

Contents

The Unarmed Alien	1
How A Disaster Occurs	9
New School, New Identity	17
First Friendly Encounter	24
A Keeper?	32
Until We Meet Again	39
It Starts with F	46
Between You and I	54
Close To You	61
I Didn't Mean It	69
It's Over, For now	75
Just Like That	82
What Happens Now?	89
Let's Do That Again	96
Not Like This	103
Uncharted Territory	110
Too Close	117
Checkmate	124
A Day Before	131
It's You	138
Nice To Meet You?	146
What Happened?	156
Where Are You?	164

Please Don't	171
I'm Here Now	180
I'll Do It For You	187
I'm Screwed	194
My Eyes Don't Lie	202
Is That What You Want?	213
Found You	220
Epilogue	227
About the Author	*243*

The Unarmed Alien

Hanggang saan aabot ang pagiging desperado mo? Kung ako kasi ang tatanungin, gagawin ko talaga ang lahat para lang makuha ang gusto ko. Pero sa sitwasyon ko ngayon, sigurado naman akong makukuha ko talaga lahat ng gusto ko kung gugustuhin ko lang. Pwedeng kotse, bahay, lupa, bagong labas na cellphone at kung ano pa man. Lahat ng 'yan pwede kong bilhin as a senior high school student. Alam ko na parang ang impusible naman masyado, sa edad ko na 'to 'di dapat afford yung mga ganyang bagay. Unless anak ka ng isang bilyonaryo. Ako nga pala si Keith, nag iisang anak ng pamilyang Guillermo. Si daddy ko ang isa sa pinakamayamang tao dito sa aming bansa, CEO siya ng ilang kumpanya at nakapangasawa rin ng isang doktor na business minded, which is si mommy ko. To be honest, isa siguro ako sa pinakaspoiled na bata dito sa Pilipinas. Lahat ng gusto ko binibigay kahit 'di ko hinihingi.

Tuwing kaarawan ko lahat ng kaibigan ni mommy at daddy nag bibigay ng limpak limpak na pera sa loob ng gift bag. Ang 'di nila alam 'di ko naman gusto ang regalo nilang pera sa akin. Wag niyong mamasamain ang opinyon ko, it's just that mayaman na kami tapos ang ireregalo pa sa akin ay pera, nakakaumay lang talaga. Alam ko naman sa sarili ko na kailangan ko talaga ng pera dahil sa mga gastusin ko sa sarili ko. Pero lahat na kasi ng kailangan ko nabigay na nila mommy at daddy. Kaya lahat ng pera na natatangap ko napupunta lang rin sa banko at uupo doon nang matagal na panahon. Ang saya isipin no? lahat binibigay sa'yo pero ikaw sa sarili mo, alam mong 'di yun ang gusto mo. Like I said, pwede kong bilhin lahat ng gusto ko, pero may isang bagay talaga ang 'di nabibili ng pera. Yun ang pagkakaroon ng totoong kaibigan.

Ang hirap isipin, diba? Mayaman ka, ang dami mong pera pero wala kang kaibigan. Sa totoo lang, mas gugustuhin kong magkaroon ng maraming kaibigan kesa maraming pera. Na realize kong 'di pera ang magiging dahilan para magkaroon ako ng kaibigan bagkos naging sanhi pa nga ito ng pag bully sa akin. During elementary, pinaaral ako ni daddy sa isang international school sa amerika dahil maaga akong natuto mag salita ng ingles. Pero regardless kahit mayaman ka at inilagay ka sa isang mayaman na bansa, ang tingin ng mga tao sa'yo doon ay mababaw. Dahil sa isang simpleng dahilan, 'di mo sila kadugo. Para kang alien sa mga mata nila. Kahit gaano ako kahusay sa pagsalita ng wika nila, wala silang pake sa akin. 'Di alam ni papa madalas akong binubully dahil sa pagkatao ko. Madalas ko kasi sinasabi kay daddy na,

"Dad, ang dami ko naging kalaro kanina!"

Pero ang totoo ako yung pinaglalaruan. Kinukuha nila ang baunan ko at inaasar ang mga luto ni mommy.

Since 'di sila pamilyar sa lutong pinoy, sinasabi nila sa akin na,

"Is this what alien food looks like?"

'Di nga ako nakaimik yung mga sandaling iyon at saka ko na namalayan na tumutulo na pala ang luha ko. Pero agad ko ring pinunasan dahil malalaman nilang nasaktan nila ang ego ko at magiging dahilan nanaman yun nang paglait sa akin. Kaso huli na ang lahat ng makita ako ng isa sa mga nag bubully sa akin na tumutulo na ang luha ko,

"Look boys, he's crying! You hungry little alien boy? How about you try eating this sand? It might be good for your stomach"

Pinadapa nila ako sa lupa at pilit na pinapalamon ng buhangin. Mabuti dumating yung teacher namin para itigil ang mga nangyayare,

"Hey! What are you boys doing to Keith?!"

nagsitakbuhan ang mga duwag at agad naman akong pinatayo ng guro ko para linisin yung dumi sa aking uniporme.

Sa mga sumunod na araw, napagisipan kong 'di dumala ng baunan sa school. Nalaman kong mas madalas sa cafeteria kumakain ang mga estudyante. Dahil sa desisyon ko na 'yon nagtaka si mommy,

"Keith nandito na ang baunan mo, pinagbalot narin kita ng favorite vegies mo, PINAKBET!"

'Di ako ready sa magiging reaksyon ni mommy sa mga sitwasyon na 'yon, kaya deep inside nasasaktan rin ako kahit papano,

"Mommy, pwedeng 'di na muna ako dadala ng baunan ngayon?"

"Ha? Bakit naman? Favorite vegies mo 'to oh, sure ka anak?"

Nag dadalawang isip pa akong sumagot ng "oo" kay mommy nung mga oras na yun,

"O-opo—"

Kita ko sa mata ni mommy na nalungkot siya dahil sa ginawa ko. Kung alam lang sana nila ni daddy ang sitwasyon ko sa school, siguro maiintindihan nila. Pero 'di ako pwedeng umimik. 'Di ko alam kung ano ang magiging reaksyon ni mommy at lalo na si daddy. Pinalaki nila akong 'di pwedeng magasgasan na kung sino man. Pero ang totoo punong puno na ng gasgas ang pagkatao ko. Pagkadating ko sa school, nanotice kong iba ang tingin ng mga kaklase ko sa akin. Parang may hinanakit silang 'di masabi sa akin. Pero base lang sa mga titig nila, alam kong may 'di magandang mangyayari sa akin nung araw na yun. During lunch break namin, first time kong pumasok sa cafeteria. Madalas kasi akong kumakain mag isa sa tennis field ng school. Kahit papano 'di ako nakikita ng mga schoolmates ko doon or nung mga bully.

Pero lahat nang yun nagbago pagkatapos nung nakaraang insedente. Habang na sa loob ng cafeteria, napansin kong maraming estudyante pala ang 'di nag dadala ng baon para makatipid. Doon ko lang na alala na sa amerika pala ako at 'di sa pilipinas. Inobserbahan ko na muna yung mga estudyanteng nakapila para malaman ko kung ano ang proseso ng pagkuha ng pagkain. Isa sa mga napansin ko 'di na sila bumabayad, since bago lang ako pumasok sa cafeteria nung mga oras na yun, lumabas pa rin ako ng pera.

Habang pumipila, may biglang humawak sa balikat ko, sabay bumulong sa tenga ko ng,

"You're screwed."

'Di ko mapigilang kabahan at dali dali kong kinuha yung juice box ko na hawak ng tindera at nag iwan ako ng limang dolyar sa counter, at nag hanap ako ng pwedeng maupuan,

"Hey! You don't have to pay for your lunch!"

'Di ko na pinansin yung sigaw ni Manang. Habang naghahanap ng maupuan, 'di ko maiwasang mapansin na marami nang nakatitig sa akin. Kaya umiwas akong makipag eye to eye sa kanila at umupo sa isang empty table. Ang lungkot ng mga sandaling iyon, mag isa lang ako sa lamesa pero may biglang lumapit patungo sa akin. Naisipan kong baka makiupo siya kaya agad agad akong bumigay ng malaking espasyo, pero kinuha niya lang pala ang iniwan niyang bag. Nang paalis siya nadinig ko rin yung sinabi niya kahit pabulong,

"Weirdo—"

'Di ko na pinansin yung sinabi niya at kinain ko na lang ang pagkain ko. Nung uwian wala man lang ako kasabayan. Habang nag lalakad ako, may biglang humatak sa akin sa lupa. Pinagsisipa at sinuntok ako sa katawan, at ginamit ko ang aking mga braso sa pagtakip ng aking itsura,

"How dare you told the teacher on us! ALIEN!"

Wala akong magawa nung mga sandaling iyon at napaluha na lang sa sobrang sakit ng dinanas ko. Bigla ako nakarinig ng sigaw,

"HEYYYYYY! STOP THAT!"

Agad silang nag sitakbuhan at doon ko na namalayan na huminto na ang pananakit sa akin. Pagbuklat ko ng aking mga mata, napansin ko na yung teacher ko ang lumigtas sa akin. Agad akong bumangon pero nahihirapan ako sa pagtayo dahil sa dinanas ng aking katawan,

"Careful, you're not okay"

"Teacher, do you have any mirror?"

"Why?"

"Please, I need it"

Inabot niya sa akin ang cellphone niya at dahan dahan kong tinitigan ang aking mukha. Napapikit na lang ako sa tuwa at nagpasalamat,

"Why are you smiling?"

"My face appears to be fine teacher"

"Yeah, but your body, it's bruised"

"It's okay teacher, it's better for my father not know what happened today"

"NO! Your parents need to know this!"

"Teacher, if you still want me to see in class, it's better for us to be quiet. You may not understand it now, but I will tell you soon. Promise me teacher, please promise me that whatever happened today, only the two of us will know"

"Fine, I promise"

Dumeretso ako umuwi sa amin pagkatapos naming mag usap ni teacher. Pagtapak ko sa gate sinigurado kong maayos ang pagtayo ko at 'di pinahalatang masakit ang aking pangangatawan. Pagpasok ko sa loob ng bahay, nagtaka si mommy at daddy na bakit late akong umuwi,

"Bakit ngayon ka lang?!"

"Sorry mom, dad, naglaro kasi kami ng mga kaibigan ko sa park saglit"

"Ganon ba? Sige sige, alisin mo na yang uniform mo para makapagbihis ka na"

"Ah wag wag wag wag, ako na po, lalagay ko na lang po sa labahan mamaya hehe"

Muntikan na akong mahuli nung mga sandaling iyon. Pero mabuti naman at 'di napansin ng mga magulang ko kung ano ang sitwasyon ng aking katawan. Dumaan ang ilang buwan at taon at nakapagtapos narin ako sa wakas. Sa kalagitnaan ng saya, biglang nawala ang ngiti ng aking mga magulang. Base sa mga tingin nila, parang alam ko ang dahilan kung bakit.

How A Disaster Occurs

Pagkatapos nung graduation namin sa school, agad kaming umuwi sa bahay nila mommy at daddy. Kitang kita ko sa kanilang mga mata na galit sila sa akin. Trinaidor ako ng teacher ko. Sinumbong niya sa mga magulang ko ang totoong kalagayan ko sa school,

"Ba't 'di mo sinabi sa amin ni papa mo Keith?!"

"Hindi ko po alam kung a-ano ang magiging reaksyon niyo kung sakaling nalaman niyo po"

Umiiyak si mommy habang nakaupo akong tumitingin sa sahig. Wala akong magawa nung mga oras na 'yon. Pati ako napaiyak narin dahil sa nangyayare. Biglang nagsalita si daddy,

"Babalik tayo sa pilipinas—"

Tumigil ang mga luha ko sa gulat. Si mommy naman nabigla,

"Pero Hon—"

"Bukas na bukas din. Magimpake na kayo"

Wala naging komento si daddy sa mga nangyare sa akin sa school nung mga oras na yun. Bigla na lang siya nag walk out pagkatapos siyang nagsalita. Ramdam ko yung kaba sa puso ko kung ano man ang pwedeng gagawin ni daddy. Agad rin akong iniwan ni mommy at sinundan si daddy para kausapin. Tumakbo ako sa kwarto ko at umaasang matapos na sana agad ang mga nangyayare. Sinubukan kong tulugan ang problema kaso bumabalik lang sa aking isipan yung mga masasakit na nangyayare sa akin sa school.

Sa kalagitnaan ng gabi, naalala kong sinabi ni mommy sa akin na ang pag inom nang maligamgam na gatas bago matulog ay nakakatulong sa pagpapaantok. Kaya tahimik akong pumunta sa kusina para mag timpla. Habang bumababa ng hagdan, napansin kong nakabukas ang mga ilaw. Naisip kong baka nakalimutan lang nila mommy at daddy patayin.

Pagkababa ko, nakita ko si daddy umiinom ng alak habang nagsisigarilyo. Kaya naisipan kong bumalik na lang ng kwarto ko kaso nadulas ako habang umaakyat ng hagdan. Kaya narinig ako ni daddy at tinawag,

"Oh, anak gising ka pa pala"

"Opo dad, 'di po kasi ako makatulog"

Napansin kong 'di galit si daddy nung mga oras na yun at sinabihan akong lumapit sa kanya. Agad niyang tinapon ang kanyang sigarilyo tapos kinausap ako ng masinsinan,

"Bakit 'di ka makatulog? Dahil ba 'to sa mga nangyari kanina?"

Tumango lang ako ng ulo ko sa pagsagot ko kay daddy,

"Anak, 'di ako galit sa'yo, okay? Galit ako sa sitwasyon, gusto ko lang na malaman mo yun"

"Pero dad, kasalanan ko naman po na 'di ako pumatol o nagsumbong."

'Di nakapagsalita si daddy ng mga ilang segundo pagkatapos kong sumagot sa kanya. Tinitigan niya lang ako sa aking mga mata sabay sabing,

"Kasalanan ko lahat yun 'nak, 'di ikaw. Sorry kung nagkulang si daddy ha?"

Yinakap ako ni daddy ng mahigpit. 'Di ko namalayang tumulo narin ang mga luha ni daddy. Tinitigan niya ako ulit sa aking mga mata sabay ngumiti,

"Dad, ba't ka umiiyak?"

"Hahahaha ikaw talaga, tawag ko diyan iyak ng mga lalake!" sabay kaming natawa ni dad,

"Oh, pwede ka ng makatulog niyan hahahaha"

"Pero dad—"

"Pero ano?"

"Gusto kong uminom ng gatas para mas mahimbing tulog ko"

"Ganon ba? Hahahahaha sige ako ng titimpla, pati ako iinom narin para mahimbing rin tulog ko"

Sabay na kaming nakatulog ni daddy nung oras na yun. Pagkadating ng panibagong umaga, agad agad akong tumayo at dumeretso sa kusina para kumain ng pang umagahan. Nabigla ako sa mga nakita ko. Hindi nagbibiro si daddy nung sinabi niyang babalik kami sa pilipinas. Nawala ang ngiti sa aking itsura at nawala rin ang gana ko sa pagkain. Nakita ako ni mommy na nakaupo sa hagdan at tinanong niya ako,

"Ready na ba ang mga kagamitan mo anak?" malungkot na sinabi ni mommy sa akin,

"Hindi ko po akalain na seryoso po si daddy"

"Kailan pa hindi naging seryoso si daddy mo anak?"

Tama si mommy, wala ni isang sinabi si daddy na 'di niya ginawa. Wala akong magawa maliban sa sumunod na lang. Kaya kinain ko na ang pangumagahan ko at agad na lumigpit ng aking kagamitan sa kwarto. Habang nagliligpit, napaisip ako ng malalim. Ano ang magiging buhay ko kung na sa pilipinas na kami. Wala bang pinagkaiba sa amerika? o na sa pilipinas talaga ang totoong ligaya? Halu-halo ang mga emosyon ko na nararamdaman ko nung mga sandaling iyon. Kaya tumitig ako sa huling pagkakataon sa aking kwarto at tuluyan na kaming namaalam sa aming mansyon. Habang na sa kotse patungo sa airport napatanong si daddy sa akin habang nakatitig ako sa labas ng bintana,

"Anak, high school ka na—"

"Opo dad"

"May naisip ka na bang gusto o mga kakailanganin mo?"

"Dad, lahat po ng gusto ko naibigay niyo na po"

"Hahahahaha loko ka talaga nak"

Ang 'di alam ni daddy, ang gusto ko hindi niya kayang mabigay. Umaasa akong makukuha ko yung kagustuhan ko na yun pagtapak namin sa pilipinas. Makalipas ang ilang oras dumating narin kami sa airport. Napansin kong wala namang eroplanong nagaantay. Kaya tinanong ko si mommy,

"Mom, ba't walang eroplano? Diba ayaw ni daddy na pinapaantay siya?"

Pabulong ko tinanong si mommy, kaso nadinig pa rin ni daddy yung sinabi ko,

"Tama ka anak, ayaw kong pinapaantay ako. Kaya kumuha ako ng private jet para sa atin"

Akala ko nung mga sandaling iyon na sa amin na ang lahat. Pero hindi pa pala, 'di ko akalin na darating ang araw nakukuha si daddy ng private jet para lang makauwi kami ng pilipinas. Sino ba naman ako para tanungin ang kakayahan ng isang bilyonaryo, diba? 'Di tumagal nakarating rin kami sa pilipinas. Ang daming tauhan ni daddy ang nag abang sa kanya sa loob ng airport. Pirma dito, pirma doon, habang ako linagyan naman sa leeg ng welcome home na ribbon necklace. Hopefully I we-welcome rin ako ng mga magiging kaibigan ko soon. Pagkatapos ng business ni daddy sa mga tauhan niya, sumakay nanaman kami sa kotse at agad dumeretso sa panibagong mansyon na binili niya,

"Ready ka na sa bagong bahay natin anak?"

"You mean, "mansion" dad?"

"Hahahaha ikaw talaga"

Napansin kong bago nanaman ang driver ni daddy ng kotse. Kaya tinanong ko kung ano ang pangalan niya,

"Hello po manong"

"Hello po sir!"

"Sir? Eh bata pa po ako eh, pwedeng Keith na lang po?"

"Sige po, sir Keith"

"Ah hindi po, Keith lang po, wala na pong sir"

Tumitig si manong kay daddy at ewan ko kung bakit. Pero nakumbinse ko naman si manong na tawagin akong Keith at nagpakilala siyang si manong Henry. Kahit papano si manong Henry ang kauna-unahan ko na naging kaibigan sa pilipinas. Pero kailangan ko paring magkaroon ng kaibigan na ka edad ko.

Pagkadating namin sa panibagong mansyon, hindi ko akalain na mas do-doble pa sa laki kumpara nung na sa amerika. Kaya napatanong ako kay daddy,

"Dad—"

"Yes anak? Ano sa tingin mo? Ang ganda no?"

"Opo, pero dad 'di ba masyadong malaki 'to para sa ating tatlo lang ni mommy?"

"Well, oo, pero dito naman tayo titira ng matagal na panahon eh. Kaya gusto kong komportable ka"

"Pero dad—"

Sumingit si mommy sa kalagitnaan ng usapan namin ni daddy tapos itinuro niya sa akin ang magiging bagong kwarto ko,

"At ang ganda talaga ng bahay natin hahaha, diba anak? Tara samahan mo ko sa taas, doon ang bagong kwarto mo"

Pagdating namin sa pangalawang palapag ng bahay, nakita namin ni mommy ang kwarto ko. Meron pang nakalagay sa pinto, "Keith's Room" Pagbukas namin ni mommy ng pinto, napakalapad. Naisip ko kaagad ang magiging itsura ng kwarto ko. Kung sakaling makapunta man ang mga magiging kaibigan ko, sigurado ako matutuwa sila sa ganda. Habang linalabas ang mga kagamitan ko sa bagahe, pumasok si daddy sa kwarto ko,

"Anak?"

"Ah, yes dad?"

"Kumusta dito? Gusto mo ba 'tong kwarto mo?"

"Opo! Ang laki nga po eh"

"May sasabihin nga pala ako sa'yo"

"Ano po yun dad?"

Umupo kami ni daddy sa kama ko at may inilabas siyang school flyer,

"Dito nga pala kita pinasok na paaralan, isang private school, 20 minutes mula dito sa atin ang layo"

"Private school?"

"Oo, sigurado akong mag e-enjoy ka sa paaralang ito at wag ka mag alala, 'di mo kailangang mag commute, nangan naman si manong Henry mo para hahatid sa'yo"

"Sige po dad"

Napayakap na lang ako kay daddy sa sobrang tuwa. Paglabas niya ng kwarto iniwan niya yung flyer banda sa pinto. Agad ko namang kinuha at binasa. Nabigla ako nung nakita ko ang monthly tuition sa paaralang iyon ay 'di magbaba ng isang daang libong piso. Nag research rin ako saglit patungkol sa school. Tapos nalaman kong yun ang pinaka prestigious na paaralan sa lugar namin. Ang tagline ng school, "Home of the Elites and the Elites only" Nag dalawang isip ako sa pwedeng maging resulta sa oras na papasok ako sa paaralang iyon.

Isang linggo bago mag simula ang pasukan, nag handa ako ng pwede kong maibigay sa mga magiging kaibigan ko. Pero sa oras na tumapak ako sa paaralang iyon, alam kong 'di magiging maganda ang takbo ng high school life ko.

New School, New Identity

First day of class sa panibagong school ko. Ang bilis masyado ng panahon. 'Di ko akalain na high school na ako. Pagtapak ko pa lang sa harap ng gate, ramdam ko na yung aroma ng school namin. May nagtutog-tog ng instruments sa kanan, may nagbabasa sa kaliwa. 'Di ko maalis sa isipan ko kung sino sa kanila ang magiging kaibigan ko. Pero rule number one pag kakapasok mo pa lang sa isang prestigious school: "Friends" are for the fools. They prefer to be called "allies" at pag 'di ka nila nakikita as an ally, basically basura ka sa mga mata nila.

Hopefully giving them some complimentary gift would be a good first impression. Hinanap ko ang classroom ko sa bulletin board. I noticed that some of them are super rich, judging from the things na suot nila. I may be a son of a billionaire pero never kong inadvertise yung sarili ko as a spoiled rich person. I prefer to be that lowkey friendly guy. Besides, yun naman talaga ang gusto kong mangyare.

I noticed that some of those students are wearing high price branded items. Medyo nagtataka na nga ako kung bakit dito ako inenroll ni daddy eh. A day before ang pasukan, nagdala si daddy ng mga bagong kagamitan sa kwarto ko. From top to bottom, all branded products ang binigay niya, kaya nagtaka talaga ako. Kasi okay pa naman yung lokal bag na nabili ko dati sa amerika. Sino ba naman ako para mag complain kay daddy, diba? Pero dahan dahan ko nang nalalaman kung bakit niya yun ginawa.

'Di ko na pinansin ang mga nakikita ko sa paligid ko sa school at nag proceed na lang ako sa aking classroom. Pag pasok ko sa room, napansin kong wala pang may naka assign na seats para sa aming lahat. Kasi ni isa sa mga kaklase ko hindi pa nakaupo sa kaniya kaniyang upuan. Mabuti naman at may nakita akong empty seat sa harap banda.

Pag upo ko, I was hoping na may papansin sa akin. Kaso wala, kaya inisip ko na lang na busy pa silang kumakausap sa mga kasamahan nila. Lumipas ang ilang minuto, pumasok na yung guro namin at dali daling nag hanap ng mauupuan ang mga kaklase ko,

"Good morning class! I will be your teacher for this semester, I'm telling you now that I will not be an angel that descended from heavens to spoon feed you for the rest of high school"

For some reason, yung tibok ng puso ko biglang bumilis. Dahil siguro sa kaba at pwede ring sa takot,

"I want to know all of you, not personally but your names. Let's start from the back"

Yung tinawag na kami bawat isa para mag pakilala, excited ako masyado dahil pagkakataon ko na 'to para maipakita sa kaklase ko na friendly person ako. Bawat isa sa mga kaklase ko nakapagpakilala na. Pag dating sa akin, agad naman akong tumayo,

"Good morning, ma'am and good morning, classmates. Ako po pala so Keith Carlos Guillermo"

Nabigla lahat ng tao sa room. Tumahimik. Pati nga ang teacher ko napatulala at napatanong,

"Guillermo?"

"Opo ma'am, bakit po?"

"Pwede ko bang malaman kung sino ang papa mo?"

Nagtaka ako dahil sa naging reaksyon niya, pero sinagot ko parin bilang respeto,

"Si Don Damian Guillermo po"

Nagsibulungan ang mga kaklase ko sa isa't isa habang ako nakatayo at napapatingin lamang sa naging reaksyon nila,

"CLASS SETTLE DOWN!"

Biglang tumahik muli ang aming classroom dahil sa sigaw ng aming guro. Tapos bumigay siya ng kaunting komento dahil sa aking tatay,

"Mr. Guillermo, kilala ko si papa mo, alam ko ang pwede at kayang niyang gawin. Pero I assure you, pantay pantay ang tingin ko sa mga students dito, kaya kung nahihirapan ka, sikapin mong matapos ang nagpapahirap sa'yo mo nang ikaw lang"

Nabigla ako sa sinabi ni ma'am. Pero may punto siya,

"Opo ma'am—"

"Good, anyway let's get back to class"

Pagkatapos ng klase namin, may nagsilapitan sa upuan ko,

"Hoy, Keith, tama?"

"Opo, anong meron?"

Hinawakan ako sa kwelyo ko at binantaan ng hindi ko alam kung bakit,

"Alam naming anak ka ng isa sa pinakamayamang tao sa bansa natin, pero tandaan mo 'to, 'di mo kami tuta para gawing utusan"

Dahil sa takot at kaba, 'di ako nakaimik at naiwan akong mag isa sa upuan ko. Naging mabuti ako sa paaralang ito kaso yung mga naranasan ko sa elementary, 'di ko akalaing mararanasan ko ulit.

Sa apat na taon ko sa paaralang ito, panlalait at pananakit ang naiwan kong tatak. Muli kong tiniis ang sakit na dinanas ko. Tulad ng ginawa ko nung elementary, 'di rin ako umimik kila mommy at daddy. Umabot ako sa puntong na depressed at na stress dahil sa pambu-bully sa akin. Pero sa tuwing nag-iisa ako sa aking kwarto, palagi kong dinadasal na meron pa akong pag-asa. Pag-asang hindi na mauulit muli ang mga sakit na dinanas ko, pag-asang magkakaroon ako ng maraming kaibigan, pag-asang mailagay ako sa tamang paaralan. Pero alam kong malayo pa ako sa ganong klaseng pangarap. Madalas na sinisisi ko si daddy at mommy sa mga nangyayare sa akin. Iniisip ko kung naging simple lang ang buhay namin, sigurado akong 'di ko naranasan ang pananakit na dinanas ko.

Nung graduation namin ng high school, wala akong balak pumunta at mag attend. Pero pag ginawa ko yun, mahahalata nila mommy at daddy na may maling nangyari nanaman sa akin sa school.

Nakapagtapos ako bilang salutatorian sa batch namin. Usually pag mayaman ka, ang tingin ng tao sa'yo sa paaralan ay pabaya, pasaway, auto pasa at kung ano pa. Sa sitwasyon ko kasi wala akong kausap o kasandal kaya mas napapadalas ang pagbabasa ko ng libro at pag study. Umasa rin sila mommy at daddy na marami ako naging kaibigan dahil sa na achieve ko. Nagpahanda pa nga sila sa mansyon kung sakaling may dadalo na mga kaibigan ko. 'Di nila alam na wala akong may naging kaibigan sa loob ng apat na taon, kaya gumawa na lang ako ng dahilan sa kanila,

"Mom, Dad, sa tingin ko walang makakapunta na kaibigan ko"

"Ha? Bakit naman?"

"And daming mayayaman dito, sigurado akong may handaan rin sila ng kanila"

"Sabagay, pero regardless mag ce-celebrate tayo ha"

"Opo dad, excuse saglit, mag i-ihi lang po ako"

Habang naglalakad ako patungo sa comfort room, 'di ko maiwasang mapansin ang mga patagong bulong ng mga taong nakakita sa akin. Pag dating ko sa banyo, narinig ko yung usapan ng ibang mga magulang,

"Alam mo yung salutatorian? Feel ko binayaran nila ang school"

"Paano mo naman nasabi"

"'Di mo ba kilala ang tatay niyun? Bilyonaryo yun no"

Pati ba naman ang mga tagumpay ko sa buhay nadadamay dahil lang sa yaman ng pamilya ko.

Kaya naisipan kong magbago ng pagkatao sa Senior High. 'Di ako makikilalang anak ng isang bilyonaryo. Sinusumpa ko na magiging isa akong simpleng estudyante ng isang simpleng paaralan. Kailangan ko lang maghanap ng paaralan na kung saan 'di ako makikilala ng basta basta. Pagkauwi namin sa bahay, dumating nanaman ang mga kaibigan ni mommy at daddy. As usual pera nanaman ang mga regalo nila. Kung 'di pera, mga kagamitan naman na meron na ako.

Pagpasok ko sa kwarto, nag isip ako ng malalim. 'Di ako pamilyar sa lugar namin kaya wala ako masyadong alam kung ano yung mga paaralang nakatayo doon. Pero may isang tao ako na pwedeng malapitan para matanungan. Si manong Henry. Sa sobrang lapad ng compound ni daddy, merong sariling tirahan si manong Henry. Pag kadating ko sa tinutuluyan niya, agad akong kumatok,

"Manong? Manong Henry?"

"Saglit lang po!"

Pagbukas niya ng pinto, kita ko na bagong gising lang si siya,

"Sir Keith, ano po yun?"

"Keith na lang nga po manong, diba? at mukhang bagong gising po kayo"

"Hahaha oo nga eh, may inasikaso kasi ako"

"Bali may tanong lang po sana ako manong, diba pamilyar po kayo dito sa lugar natin?"

"Oo naman"

"Bali alam niyo po ba ang mga paaralan dito?"

Ang dami naging suggestion ni manong Henry sa akin, pero isang paaralan lang ang nakakuha ng atensyon ko.

First Friendly Encounter

Halos lahat ng paaralan na ni suggest ni manong Henry sa akin ay private at public school. Una sa lahat, kung sa public ako e-enroll para sa Senior High School, sigurado akong 'di papayag si daddy. Pag sa private school naman, sigurado naman akong mauulit lang ang mga naranasan ko sa mga nauna kong pinasukan. Pero itong isang paaralan na ni suggest ni manong Henry ay combination ng dalawa. 'Di lahat mayayaman at 'di lahat mahihirap which is perfect para sa akin. Walang mataas at walang mababa, lahat pantay pantay.

Tinanong ko naman si manong Henry kung gaano kalayo yung school na 'yun,

"Eto manong?" sabay kong tinuro ang paaralan sa cellphone ko,

"Itong Masiado State University, malayo ba 'to mula sa atin?"

"Ha? Bakit ka diyan e-enroll? Ang dami kong private school na binigay sa'yo bakit 'di yun ang pag pipilian mo?"

Gusto ko sanang sabihin kay manong Henry ang dahilan ko kung bakit, kaso natatakot akong baka sasabihin niya kay mommy at daddy. Tulad ng ginawa ng teacher ko nung elementary,

"Wala manong, gusto ko lang masubukan, 'di naman ako choosy eh"

"Ganon ba? Sigurado ka ha. Ang layo nito mula sa atin mga 15 to 20 minutes siguro pag nagko-kotse"

'Di naman ganon kalayo ang paaralang napili ko. Kailangan ko na lang magpaalam kila mommy at daddy patungkol dito sa paaralang 'to. Kaso nag ce-celebrate pa sila ng mga kaibigan nila sa loob ng mansyon. Kaya dumeretso na lang muna ako sa kwarto ko para mag pag-aralan 'tong school na napili ko.

Habang dahan dahan na umaakyat ng hagdan, tinawag ako ni daddy para ipakita ako sa mga kaibigan niya. Umiiwas ako sa ganon, kasi nasasayang lang ang oras ko. Kaso wala akong magawa maliban sa sumunod na lang,

"ANAK! KEITH! HALI KA DITO!"

"Sige po dad"

Hinawakan ako ni daddy sa bewang habang pinagyayabang sa mga kaibigan niya dahil sa naging "salutatorian" ako,

"Ang talino talaga ni Keith mga pare no? Mag bless ka sa mga tito mo anak"

Habang nag ble-bless sa mga "tito" ko, may isa sa kanilang nag tanong sa akin,

"Keith, ilang taon ka na ba?"

"Ahh, 18 po tito"

Ngumiti siya sabay tumingin kay papa at sa mga kaibigan niya. Tapos bumitaw siya ng mga linyang tumatak sa isipan ko nung araw na yun,

"Baka gusto mong makilala ang anak ko Keith"

Nabigla ako sa sinabi ni tito at nagpangap akong interesado upang makabalik na ako sa kwarto ko,

"Ahh, lalake ba yan tito? Kasi marami akong games sa kwarto"

'Di ko alam kung ba't yun ang sinabi ko, 'di ko kasi alam kung ano ang tamang responde sa ganong tanong,

"Hindi siya lalake eh, may girlfriend ka na ba iho?"

"Wala naman po, bakit po?"

Muling nag titigan si tito at si daddy ng 'di ko alam ang dahilan,

"Sige iho, baka busy ka pa, pwede ka nang bumalik sa kwarto mo"

Bumalik ako sa kwarto ng 'di man lang alam kung ano ang ibig sabihin ng mga tanong na 'yon. Pero 'di dapat ako mawala sa focus at dapat ko ng alamin ang patungkol sa school na papasukan ko.

Pagkuha ko ng laptop, agad kong pinaghahanap ang Masiado State University. Ang unang nakakuha ng aking atensyon ay ang tagline nila, "Uniting all students since 1982" Mas lalo akong nakumbinse na pumasok sa paaralang ito. Ang kaso nagpapa entrance exam sila, kaya kailangan kong maghanda upang pumasa.

Hopefully papayag sila mommy at daddy once na masabi ko kung saan ako aaral ngayong pasukan.

Kinabukasan, panahon na para sabihin kila mommy at daddy ang plano ko. Pagbaba ko ng hagdan, napansin kong nakahanda na ang pang umagahan namin at na sa lamesa na si mommy at daddy. Pagkaupo ko, walang pumapasok sa utak ko maliban sa plano kong mag aral sa isang government funded school. Nung binuksan ko na ang aking bibig, bigla namang sumulpot si daddy,

"Dad, alam ko na kung saa—"

"Nak"

Gusto sana akong patapusin ni daddy sa pagsasalita pero pinauna ko na siya,

"Ah, sige po dad kayo na muna"

"Sige, nag usap kami kahapon ng mommy mo"

"Tungkol po saan?"

"Tungkol sa kung saan ka aaral ngayong senior high"

Nabigla ako sa sinabi ni daddy. Pag 'di ko sila makukumbinse, sigurado akong magiging impyerno nanaman ang buhay ko sa paaralang binabalak nilang ipasok ako,

"Pero dad—"

"Wag kang mag alala, investor si tito mo sa school na yun at makakasama mo rin ang anak niya sa pag-aaral"

"Oo nga anak, maganda rin namang paaralan 'yon" sabi ni mommy,

"AYAW KO DAD!"

Tumahimik ang buong paligid dahil sa pagsigaw ko. 'Di ko sinadyang mapasigaw. Nabigla lang rin ako sa pangyayare. Kaya napatingin na lang ako sa mga mata nilang dalawa at napatakbo sa aking kwarto dahil sa tampo. Habang na sa kwarto 'di ko maiwasang malungkot. Biglang pumasok si mommy at kinausap ako ng masinsinan,

"Nak? Papasok si mommy ha"

Umupo siya sa tabi ko para mag tanong,

"First time kitang marinig sumigaw ah, meron ka bang problema? Pwede mo naman sabihin sa amin ni daddy mo"

Nandito narin ako sa punto kung saan sasabihin ko na lang kay mommy ang linalaman ng isipan ko para maliwanagan sila ni daddy kung bakit ako napasigaw,

"Ano kasi mom, may ipapaalam sana ako sa inyo"

"Ano ba iyon?"

"Meron na akong napili na school"

"Really?"

"Opo"

"Saang school ba yan?"

Habang nag papaliwanag ako kay mommy, 'di man lang siya tumitig sa mga litrato o bumasa sa pinapakita kong article patungkol sa school. Nakatitig lang siya sa akin habang nag papaliwanag,

"Kaya gusto kong umaral sa school na'to"

"Gusto mo ba talaga anak?"

"Opo"

"Alam mo, tagal kong inantay 'tong araw na 'to, yung kaya mo ng mag desisyon para sa sarili mo"

Napangiti kami dalawa ni mommy dahil sa sinabi niya at sa huli, 'di niya ako pinigilan sa naging plano ko. Pero naisip ko kung ano ang magiging opinyon ni daddy patungkol dito,

"Pero mom, paano si daddy? Sa tingin mo papayag siya?"

"Wag kang mag alala, akong bahala sa daddy mo"

Ngumiting lumabas si mommy sa kwarto ko at inisip na simula ito ng panibagong yugto ng aking buhay. Hopefully sa araw ng entrance exam, papasa ako.

Sa huli, 'di nag dalawang isip si daddy sa naging desisyon ko at full support pa nga siya sa araw ng entrance examination. Lumipas ang dalawang linggo, lumabas rin ang resulta. 'Di ko inaasahang isa ako sa mga top students na pumasa sa paaralang iyon. Kaya naging sanhi yun ng pag celebrate namin nila mommy at daddy.

One month after the results, pasukan na namin. Inisip ko na kailangan ko talagang magbago ng anyo. Pinalitan ko lahat ng branded ko na kagamitan to brandless. Bumago ako ng hairstyle. Nag palagay ng salamin para 'di ako makilala agad kung sakaling may nakakilala man ng itsura ko. Medyo dumagdag din ang timbang ko dahil sa mga naranasan kong stress eating kaya medyo chubby looking na ako sa pasukan. From Keith, son of a billionaire to Keith, son of a loving mother and father.

Walang dapat makakaalam ng totoong pagkatao ko kung gusto ko magkaroon ng kaibigan. Sa araw ng pasukan, nagpahatid ako kay manong Henry pero 'di kami huminto sa mismong gate ng school. Upang 'di malaman ng mga schoolmates ko na mayaman ako at hinahatid sundo. Kaya bumaba ako ng ilang hakbang mula sa school. Pagpasok ko sa campus, walang may nakatitig sa akin which is a good sign. Ang plano ko dahan dahang gumagana. Pero sa buong araw ko sa school, ni isang kaklase o schoolmate ko, 'di kumausap sa akin. Napansin ko ring may nagbubulungan na mga grupo habang nakatitig sa akin. Ewan ko kung nalaman nila kung sino ako o mukhang tanga ako dahil sa itsura ko kaya sila umiiwas. From matapobre ang mayayaman to mukhang tanga na mataba. 'Di ko ba alam kung ano ang gusto ng mundo sa akin. Umuwi akong walang kasabay nanaman at napansin kong wala pa si manong Henry. Dahan dahang dumidilim ang langit nung mga oras na 'yon. Kaya 'di na ako nakapag antay kay manong at tumakbo na lang ako sa bus terminal bago ako maabutan ng ulan.

Pag dating ko sa bus terminal, mabuti naman at may natira pang bus na bumabyahe patungo sa aming lokasyon. Pagpasok ko sa loob ng bus napansin kong puno na maliban sa isang two-seater sa bandang kanan. Dumaan ang ilang segundo, bumuhos na ang ulan at umarangkada na ang bus. Habang umuulan at nakatingin ako sa labas ng bintana, may tumakbo na isa pang pasahero patungo sa bus na sinakyan ko. Basang basa siya pero may suot naman siyang raincoat. 'Di ko na siya pinansin at tinuloy ko ang pagtitig sa labas ng bintana.

Habang nagiisip sa mga nangyare sa school, biglang may tumapik sa balikat ko,

"Excuse po"

Agad naman akong tumingin sa taong kumalabit sa akin at natulala ako sa nakita ko. Isang babae, first time kong may kumausap sa akin ng 'di ko kilala kaya 'di ako nakaimik agad,

"Excuse po, hello, pwede pong makiupo?" sabay tinuro niya ang empty seat sa tabi ko.

A Keeper?

Bumalik rin yung senses ko sa at kinuha ko yung bag ko sa empty seat at umupo si miss sa tabi ko,

"Thank you po"

Ayaw ko sanang tumitig sa kanya kaso 'di ko mapigilan ang sarili ko. Sa kalagitnaan ng pagpapatuyo niya, biglang nag slo-mo ang mundo ko. Dahan dahang dumudulas ang tubig mula sa kanyang buhok patungo sa kanyang balikat papunta sa braso. Naririnig ko pa yung mga pabulong niyang reklamo,

"Bwisit naman 'tong ulan na'to"

Kung ako sa posisyon niya, malamang pati ako mabwi-bwisit rin. Bigla kong naisip na iabot sa kanya ang panyo ko. Para mas mapabilis ang pagpapatuyo niya, kaso 'di ko alam kung paano ko iaabot. 'Di pa ako nakasubok makipag usap ng natural sa isang babae. Kung susubukan ko, natatakot naman akong pumalpak o maging awkward lang ang sitwasyon. Nanginig ako sa nerbiyos at 'di ko namalayang napansin na pala yun ni miss kaya napatanong siya,

"Kuya, okay ka lang, ba't ka po nangiginig?"

Nabigla ako nung tumanong siya sa akin kaya naabot ko yung panyo ko sa kanya,

"E-eto, pa-panyo ko, pa-para mas mabilis ang pagpapatuyo mo"

"Hala, thank you po, thank you po ng marami"

Kinuha niya ang panyo ko without hesitation. Napatitig nanaman ako muli sa kanya habang nag papatuyo at napaisip ako ng,

"May kumausap na sa akin sa wakas"

Habang patagong sumisilip sa kanya, huminto na ang bus sa pangatlong stop. 'Di ko alam na doon rin pala ang baba ni miss. Kaya agad agad siyang bumababa sa kadahilanang baka lumakas muli ang ulan. Medyo malungkot ako na masaya nung mga sandaling iyon. 'Di ko man lang nalaman ang pangalan niya bago siya bumababa. Bumalik ako sa pag titig sa labas ng bintana habang iniisip yung mga nangyari sa akin kanina. Pag abot ng panlimang stop, bumaba na ako.

'Di ako agad dumeretso sa aming bahay. Tumingin muna ako sa aking paligid ng mabuti at naniguradong walang may nakakakita sa akin kung saan ako papasok. Pag may nakakita kasi sa akin na pumasok ako sa third block, malalaman nila na totoo ngang mayaman ako. Sa highway kasi namin, sa first block ang skwater area, sa third block naman ang mga mayayaman na area, at na sa second block naman ang mga may "kaya" area. Paano ko ba nasabi na mayayaman area ang block o subdivision namin? Halos lahat ng nakatira dito is either millionaires or may trabahong mataas ang sweldo which basically makes them a millionaire as well. Turns out na sa third block, family ko ang pinakamayaman, pati ang guard na nag aabang sa gate ng block namin kilala na ako.

Since wala namang nakatingin sa akin, pumasok na ako sa block namin. Turns out na close friend rin ni daddy yung may ari ng subdivision namin, and nung nabalitaan nila na dito na kami titira, pinangalanan ang street namin ng Guillermo Boulevard. Kaya mas naging kalat at maingay ang apilido namin ng pamilya ko sa mga taong nakatira doon. Pagkauwi ko sa bahay, paakyat na sana ako sa kwarto ko kaso nakasalubong ko sila daddy,

"Oh, anak sabi ni manong Henry mo wala ka na raw sa school kanina"

"Opo dad, napansin ko kasi na parang uulan, kaya tumakbo ako patungo sa terminal tapos nag commute"

"Ganon ba? Next mas maaga na namin ipaabang si manong Henry mo"

"Okay lang po, nag enjoy naman ako"

Bigla akong napangiti dahil naalala ko nanaman ang mga nangyari kanina sa loob ng bus. Dumeretso na ako patungo sa kwarto. Napansin rin nila mommy at daddy ang mga ngiti ko habang paakyat.

DON DAMIAN P.O.V

'Di ko akalain na nakangiting umuwi ang anak ko. 'Di ko rin maitago ang tuwa. Kaya sinabihan ko ang misis ko kung totoo ba ang nakikita ko,

"Hon!"

"Oh?!"

"Nakita mo ba ang nakita ko?"

"Nakangiti si Keith?"

"Oo! Iba yung ngiti niya eh, parang—"

"Oh, dahan dahan Hon, wag mong lagyan ng meaning muna, baka totoong nag enjoy nga talaga sa school yun"

Tama ang misis ko. Hayaan ko na muna si Keith. Ayaw ko rin naman mabigla ang anak ko dahil lang sa reaksyon kong nakangiti siya. Sana totoo ngang nag enjoy siya sa school.

KEITH P.O.V

Pagkabalik ko sa kwarto ko, napahiga ako sa higaan. Meron akong nararamdaman na for some reason 'di ko naramdaman dati. Ang puso ko bumibilis ang tibok nang 'di ko alam. Hinayaan ko na muna yung mga nararamdaman kong ganon at napagisipang magbihis na lang muna. Habang nagbibihis, napansin ko na parang may nawawala. Kaliwa't kanan kong sinuri ang aking mga bulsa. Naalala ko kung ano yung nawawala, ang panyo ko. Mukhang nakalimutan ni miss ibalik. Pero 'di bale na, kasi mukhang kinailangan niya naman nung mga oras na yun. Kinalulungkot ko lang kasi maalaga talaga ako sa mga gamit ko eh.

Sa kalagitnaan ng tuwa ko, naalala ko parin ang nangyari sa akin kanina sa campus. Zero friends parin ako hanggang ngayon. Kailangan ko bukas mag first move pero 'di ko maiwasang isipin na baka maging awkward lang ang sitwasyon or baka isipin nilang feeling close ako sa kanila. Aasa na lang ako na sila ang lalapit sa akin. Kung alam lang nila na gusto ko lang talaga ng kaibigan, siguro marami na akong kasama ngayon sa kwarto ko at naglalaro. Isa pa naman sa mga pangarap ko ang mag pa sleep over sa aking kwarto. Aasa na lang ako bukas na sana iba nanaman ang takbo ng araw ko.

Kinabukasan, inagahan kong gumising para maihatid ako ni manong Henry na kaunti pa lang ang estudyante. Pagkadating ko sa campus, wala pa masyadong tao. Kaya ako ang una na pumasok sa classroom namin. Napansin kong napagiwanan na makalat ang room, kaya ako na mismo ang nag linis at nag ayos ng mga desk. Lumipas ang ilang minuto, dumating ang isa sa mga kaklase ko at nakita niya akong inayos ang classroom namin. 'Di niya naman ako pinansin pero tumitig siya sa akin. Kaya tumitig ako pabalik at ngumiti. Agad rin akong bumalik sa ginagawa ko ng biglang,

"Excuse me classmate"

Nabigla ako sa narinig ko, eto na ata ang pinakahinihintay kong sandali. Magkakaroon na talaga ako ng kaibigan,

"Maling desk yung nalagay mo sa pwesto ko, pwedeng papalit na lang? pupunta ako saglit sa cafeteria eh"

"Ah sige, walang problema"

Akala ko, makipagkamayan siya sa akin o ano man. Maling desk lang pala nalagay ko. Nag mukhang tanga ako tuloy dahil sa nagawa ko.

Paglipas ng isang oras, nag simula rin ang klase namin. Napansin rin ng mga kaklase ko na malinis at naayos na ang room sa pagpasok nila. Nahanga sila sa kanilang nakita. Kaya napangiti ako sa pwesto ko habang nagbubulungan sila sa isa't isa ng,

"Ang linis ng room natin ngayon ah"

Okay na sana ang lahat kaso may sumulpot na nagmamagaling,

"Kung sino man nag linis nito sa atin, TANGA HAHAHA"

"Ha?! Bakit naman?!"

"Paano 'di maging tanga eh may janitor naman tayo para dito, kung sino man naglinis nitong room, pinagod mo lang sarili mo!" sinigaw niya sa loob ng classroom,

Nasaktan ako sa sinabi ng isa sa mga kaklase ko pero 'di ko pwedeng sabihin na ako ang na sa likod ng paglinis. Baka asarin lang nila akong "tanga" sa tuwing makikita nila ako. Dumating ang lunch break namin at umaasa akong may makakasabayan ako this time around. Kaso tulad nung elementary at high school days, mag isa nanaman ako. Kahit papano ang lapad ng campus namin at ang raming magandang pwesto para kumain mag isa. Habang pumipila para bumili ng inumin, may kumalabit sa braso ko sabay sabing,

"Uy klasmeyt, libre naman. Diba mayaman ka?"

Nagulat ako sa sinabi ng kaklase ko. 'Di ko alam kung alam nila ang totoo o pinagtritripan lang nila ako,

"Hindi naman ako mayaman"

"Hmmp! Mayaman ka na nga, sinungaling ka pa! Kaya pala wala kang kausap sa room"

Nagsitinginan ang mga tao sa akin. Kaya napilitan akong umalis sa cafeteria. Pumunta ako sa pwestong nahanap ko kung saan pwede akong mag isa. Habang kumakain ako ng aking pananghalian, may tumabi sa akin. Isa sa mga kaklase ko.

Until We Meet Again

"Alam mo, mahihirapan ka talaga sa school na'to pag wala kang makakasama"

Yan ang mga salitang binitawan sa akin ng kaklase ko bago siya nakiusap na makiupo sa akin,

"Pwede ba akong makiupo?"

"Pwede naman—"

Nagpakilala siyang Spencer, isa sa mga kasama ng mga nag bu-bully sa akin. 'Di ko alam kung ano ang pumasok sa utak niya para sundan ako at kausapin. Pero kahit papano, may nakakausap narin ako na kaklase sa wakas,

"Ano nga pala ang pangalan mo ulit?"

"Keith—"

"Ah Keith, sige. Alam mo Keith, sa school na'to, naiiwan ang mga hindi handa o hindi nakikipagsalimuha."

Ang hirap mag panggap. Pero kailangan ko maging maingat sa mga bibitawan kong mga salita. Ayaw ko rin madulas. Pag nalaman niya ang totoong pagkatao ko, malamang ipagkakalat niya sa mga kaibigan niya at mauulit nanaman ang mga karanasan ko dati,

"Alam ko naman yun—"

"Alam mo naman pala so, bakit ka nagiisa?"

'Di ko naman talaga ginustong mag isa. Akala ko nga talaga na sa oras na tumapak ako sa paaralang ito, mag kakaroon ako agad ng mga maraming kaibigan. Pero nakakalungkot isipin na mali nanaman ako,

"Ewan ko nga eh—" malungkot kong sagot,

"Naintindihan kita Keith, alam kong mahirap mag adjust sa una. Pero kailangan mong mauna bago sila. Ganon talaga ang buhay minsan. Parang TV, pag 'di mo pinaandar, 'di gumagana"

Tama si Spencer, kailangan kong mauna. Pero sa paanong paraan? Pinapakita ko naman na hindi ako masamang tao. Pero mukhang mas nakikita nila na boring ako,

"Nga pala Keith, may sasabihin ako"

"Ano yun?"

"May naririnig akong mga usapan sa cafeteria o sa mga grupo na mag kakaibigan minsan—"

Kinakabahan ako sa mga susunod na sasabihin ni Spencer. Umaasa akong 'di patungkol sa akin o patungkol sa pamilya ko kaso,

"Totoo ba na isa kayo sa pinakamayamang pamilya sa ating bansa?"

'Di ako nakapagsalita. Nalaman na ng ibang tao sa school na'to kung sino ako. Kailangan kong manahimik at mag deny lang ng deny. Pero 'di ko man lang matitigan sa mata si Spencer para sumagot. Gusto kong umalis. Kaso mas lalo ko lang pinakita na guilty nga talaga ako. Kailangan ko lang sagutin ang tanong niya at sana 'di niya na ibalik ang ganong klaseng topiko. Sinumpa ko sa sarili ko na hinding hindi na mauulit muli ang dati,

"HINDI! Hindi totoong mayaman kami"

Dahil sa kaba, napataas ako ng boses pandalian,

"Woah 'di mo kailangan sumigaw Keith pero kung totoo ngang 'di kayo mayaman, edi hindi. Kasi kung totoo ngang mayaman kayo, bakit ka naman aaral sa ganitong klase na paaralan"

Buti naman ang dali maniwala ni Spencer sa mga sinabi ko. Habang kumakain, iniwan niya na muna akong mag isa kasi miyembro siya sa isang club sa school. Isa raw siya sa mga active members. Kaya nagpaalam na muna siya sa akin,

"Keith, kailangan ko na muna mauna. Baka kakailanganin nila ako sa club eh"

"Sige sige, sa-salamat nga pala sa pagsama sa akin"

"Wala yun"

Paglingon ni Spencer, umiwan muna siya ng bilin sa akin bago tuluyang umalis,

"Keith, 'di ka nagiisa dito. Kung may kailangan ka, lapitan mo ako. Baka makatulong ako kung ano man yan"

Nung araw na yun nakahanap narin ako ng kaibigan sa wakas. Kahit papano meron na akong masasandalan kung meron man akong kakailanganing tulong. Pagkatapos ng lunch time bumalik na kaming lahat sa kanya kanyang classroom para mag resume ng klase. Isang tao lang ang inaabangan kong pumasok nung mga oras na yun habang nakaupo ako sa desk ko. Pagpasok ni Spencer, kumuway ako sa kanya. Kumuway siya pabalik. Pero napansin kong nakatitig ang mga kaibigan niya na nag bu-bully sa akin habang ginawa namin yun. Kaya agad kong binaba ang kamay ko at kinuha ang aking notes.

'Di ko alam kung ano ang ibig sabihin ng titig na yun. As long na 'di ko sila babanggain, walang mangyayare sa akin. Hopefully. Pag kauwian, nakita kong umabang na si manong Henry sa akin para maisundo niya ako. Papalapit na sana ako sa kotse namin kaso naalala kong nagpapanggap ako na hindi kami mayaman. Pag nakita ako ng mga kapwa ko schoolmates na may sundo ako at may driver, malamang sira na ang identity ko. Kaya nagtago ako sa mga nakagrupong mga estudyante. Iniwasan kong makita ako ni manong Henry at muli akong dumeretso sa bus terminal kung saan ako nag commute pauwi.

Pagkadating ko sa terminal at pag sakay ko ng bus, napansin kong wala pa masyadong tao. Kaya umupo ako ulit sa dating pwesto ko. Dumaan ang ilang minuto, unti unting dumadami ang mga pasahero. Isa sa mga pasahero na yun ay si Miss. Muli kaming nagkita dalawa. Pero alam ko namang uupo siya sa ibang pwesto kasi marami pa namang spac—

"Uy, ikaw ulit? Makiupo ako ha"

Nabigla ako sa ginawa niya. Nagtaka rin ako. Napakarami pang pwesto pero pinili niya paring makipagsiksikan sa pwesto ko. Kaya naisipan kong mag tanong sa kanya,

"Ahh, ang dami pa namang pwesto sa iba—" pabulong kong sinabi sa kanya dahil nahihiya parin ako,

"Ha? 'Di kita narinig"

"Ang dami pa namang pwesto sa iba, ba't ka nakipagtabi sa a-akin?"

"Ahh, okay okay, alam ko ang nangyayare dito. Gusto mo ako no?"

Namula ang mga pisngi ko nung sinabi niya yun. 'Di ko alam ang sasagutin ko. First time ko marinig yung ganong mga salita. Anong isasagot ko sa kany—

"Eto naman HAHAHAHA, 'DI KA MALOKO! Una sa lahat, sumabay na tayong nag byahe dati. Pangalawa, ang awkward kayang umupo mag isa. Lalo't kilala na natin ang isa't isa"

'Di ko pa nga siya kilala. Pero awkward masyado pag ipo-point out ko na hindi pa namin alam ang pangalan ng isa't isa. Dumaan ang ilang minuto, nag simula ng bumyahe ang bus na sinakyan namin. Habang nag ba-backing ang bus, napadaan ata sa isang malubak na lupa. Pareho kaming 'di handa ni miss sa mga sumunod na pangyayare. Napakalog ang bus patungo sa akin, kaya nasandal ni miss ang kanyang ulo sa kaliwang banda ng balikat ko at napahawak siya sa aking mga braso,

"Ay! Ano ba yan!" sigaw ni miss,

Nabigla siya sa ginawa niya at napatitig kami sa mata ng isa't isa. Agad niya naman inalis ang mga kamay niya sa braso ko at humingi ng pasensya,

"SORRY, SORRY 'di ko sinasadya, kumalog kasi, tapos nausog ako, tapos—"

"Okay lang po"

Natahimik tuloy kaming dalawa dahil sa nangyare. Habang tumitingin ako sa labas ng bintana, biglang bumuhos muli ang ulan,

"Umulan nanaman? Napapadalas na 'to ah" reklamo ni miss habang nakatingin sa labas ng bintana.

Gusto ko sanang magtanong o magsimula ng usapan kaso nahihiya parin ako mag open sa kanya. Kakaiba rin yung vibes ni miss. Parang ang saya niyang kasama. Sigurado akong marami siyang kaibigan. Napakaswerte niya. Napansin ko ring madaldal siya in a good way. Sana meron ako nun. Confidence sa sarili. Na bless nga ako ng mayaman na pamilya pero 'di naman ako na bless pag dating sa sarili. Chubby na nga ako, may salamin pa. Sabayan mo pa ng pangit na gupit, 'di ko alam kung maganda ba ang gupit ko o hindi, pero ramdam kong pangit. Kaya sino ba naman si miss para kausapin ang tulad ko.

Pagkatapos ng ilang stop ng bus, dumating rin kami sa pwesto ni miss. Pero nagulat ako sa ginawa niya. Bago kasi siya bumaba ng bus, may iniabot muna siya sa akin,

"Dito na nga pala ako"

Pagtayo niya, lumingon siya sa akin at sinabing,

"Ay tama nga pala, eto nga pala yung panyo mo. Wag kang mag alala, linabhan ko na yan kaya malinis na. Mauuna na ako. Babye"

'Di man lang ako nakapagpaalam sa kanya bago siya umalis. Natulala ako habang hawak hawak ang panyong pinahiram sa kanya. Tinitigan ko ang hawak ko sabay inamoy. Napakabango ang ginamit niyang detergent. 'Di ko inakalang maibalik niya sa akin ang panyo ko. Pero panghahawakan ko 'to habang buhay. Salamat kay miss—

"Bakit 'di ko tinanong ang pangalan niya?!"

It Starts with F

Naiinis ako sa aking sarili. Napakasimpleng gawain 'di ko magawa. That's the point. Ang simple ng mga gusto ko, pero 'di ko makuha. Pero to be honest, etong araw na 'to siguro ang isa sa pinakamasayang araw na natanggap ko. Nagkaroon ako ng kaibigan sa school at may nakakasabay narin ako sa pag uwi. Two in one. I couldn't ask for more. Pagkababa ko sa highway namin, ginagawa ko muna ang usual way ko. Tingin muna ako sa paligid bago pumasok sa block namin. Pagkapasok ko ng mansyon, galit akong kinompronta ni daddy,

"Keith! Hali ka nga dito!"

"Dad, bakit ka gal—"

"Tinatakasan mo ba si manong Henry mo?!"

"Po?"

"Narinig mo ang sinabi ko!"

Wala na akong takas nung mga sandaling yun. Kailangan ko nang sabihin ako ang totoo o mas lalo ko lang ipahamak ang aking sarili. Pero 'di ko alam ang magiging reaksyon nila mommy at daddy sa aking dahilan. Kailangan ko maging wais sa pagsagot kung gusto ko pang matuloy ang ginagawa ko,

"Dad, bawal ba ako maging masaya?" sinabi ko habang nakayuko,

"Anong pinagsasabi mo anak?!"

"Dad, senior high na po ako. Pwede na po ako mag decide ng akin lang—"

"Ah nag re-rebelde ka na ganon?! Pwes lahat ng—"

"Hindi sa ganon dad, gusto ko lang maging pamilyar sa lugar natin"

Hindi nakasagot si daddy sa sinabi ko. Pero base sa nakikita ko, alam kong galit siya. Kaya si mommy na ang nakipagusap sa akin,

"Anak, pwede mo namang gawin yan, magpasama ka lang kay manong Henry mo"

"Ayaw ko po"

"Bakit?!"

"Gusto ko po ako lang"

"Anak, 'di namin alam ang gagawin kung merong mangyayare sa'yo. Ang daming masasamang tao anak at alam mo yun"

"Matagal ko ng alam yan mommy pero 'di niyo alam ang alam ko o ang mga nararanasan ko sa masasamang tao" bulong ko sa aking sarili,

Sumang ayon na lang ako sa mga sinabi nila mommy at daddy para tigilan na nila ako. Gusto ko naring pumasok sa kwarto dahil pagod rin ako galing sa byahe.

Sa oras na nakahiga na ako, nawala lahat ng pagod ko. Inilabas ko ang panyong binalik sa akin ni miss. 'Di mawala sa aking isipan ang mga nangyare sa akin ngayong araw. Kaya naisipan kong mag sulat sa diary. To keep track all the best moments na nangyari sa akin. Specially na ngayon ko lang 'to naranasan. Inilagay ko yung unang beses kaming nagkita ni miss. Inilagay ko rin si Spencer, dahil siya ang kauna unahan ko na naging kaibigan sa school. Inisulat ko rin sa aking diary ang magiging goal ko bukas: ALAMIN ANG PANGALAN NI MISS.

Hinanapan ko ng malinis na lugar ang panyo. Sinigurado kong 'di ito mamantsahan at kung ano man. Habang sa kalagitnaan ng pagbibihis ko ng damit, napaisip ako kung paano ko matatakasan si manong Henry nang 'di alam nila mommy at daddy. Sigurado ako na pag nalaman ulit nila mommy at daddy 'to, may 'di magandang mangyari. Worst part, baka ipapatransfer nila ako. Pero sa ngayon, kailangan ko lang talaga maging maingat.

Maaga akong nagising kinabukasan. 'Di ako makapag antay makita si Spencer sa school. Habang pababa ng hagdan, 'di dapat ako makita ni mommy at daddy na nakangiti. Ayaw kong mag suspetsa nanaman sila. Habang kinakain ko ang pang umagahan ko, pinaandar ni daddy ang TV. Natuwa ako sa narinig ko sa balita,

"Ang balita naman sa weather forecast natin ngayon ay mapapadalas ang pag ulan. Kaya lagi po tayong mag dala ng payong, raincoat at kalo"

"Mapapadalas" sabi ng balita. Isa lang ang ibig sabihin niyun. Mapapadalas rin ang pagkita namin ni miss. Hinding hindi na ako mag isa pang uuwi. Dali dali kong kinain ang breakfast ko at dumeretso na sa school. First time kong pumasok sa school na naka taas noo. Pag pasok ko sa room, napansin kong wala pa nakarating si Spencer. Inisip kong baka na late lang siya. 'Di baleng 'di siya nakapasok ng maaga, as long na 'di lang siya absent. Pagdating ng lunch time, sinigurado kong nauna ako sa cafeteria bago yung mga bullies. Mabuti naman at nakabili ako ng makakain bago ako pumunta sa usual ko na pwesto. Habang kumakain ng pananghalian, 'di ako mapakale. May 'di akong nararamdaman na tama. Parang may maling nangyare talaga. Pero 'di ko alam kung ano. Yung araw na yun, ni anino ni Spencer 'di ko man lang nakita. Umaasa akong walang may nangyareng masama sa kanya. Pagbalik ko sa classroom, nagulat ako sa nakita ko. Si Spencer dumating. Kumuway ako sa kanya pero 'di siya kumuway pabalik. Nagtaka ako kung bakit. Baka stress lang o may pinagdadaanan kaya wala sa mood. Tatanungin ko na lang siya mamaya.

Habang nag kaklase, nagpaalam si Spencer na pumunta sa comfort room. Napag isipan kong sumunod. Pagpasok ko sa comfort room, nakitang kong hinihimas ni Spencer ang katawan niya. Parang nasaktan siya pero 'di ko alam kung ano ang totoong sanhi kaya lumapit ako,

"Spence—"

"Oh, Keith."

"Bakit wala ka kaninang umaga?"

"Ah wala, may ginawa pa kasi ako sa bahay"

"Ganon ba? Mabuti naman at okay ka lang—"

'Di rin tumagal ang tinatago ni Spencer at sinabi niya rin sa akin ang totoo,

"Oo naman— actually, hindi" malungkot niyang sinabi,

"Ha? Bakit naman?"

'Di ako makapaniwala sa paliwanag ni Spencer. Binugbog siya dahil sa akin. It turns out na may nakakita sa kanya na kagrupo niya nung araw na sinamahan niya akong kumain sa tanghali at nag sumbong sa "lider" nila. Yung lider nila yun ang madalas na nag bu-bully sa akin. Kinausap siya ng masinsinan nung araw na yun kung bakit niya ako sinamahan. Sinabi niya ang lahat. Kasali na ang pagiging "loner" ko. 'Di natuwa ang lider nila sa sinabi ni Spencer. Binuo raw nila ang grupo na 'yun para tapakan ang mga "tulad" ko sa school. Tumanggi si Spencer sa sinabi ng lider nila. Ang nakikita ko sa katawan ni Spencer ang naging resulta ng pagtanggi niya.

Isa lang ang naramdaman ko nung mga sandaling yun. Konsensiya. Konsensiya lang, ng dahil sa akin, may nasaktang tao. Isa akong ugat ng kamalasan. Kaya nangako ako sa sarili ko at kay Spencer na 'di na ako lalapit sa kanya kailan man. Humingi rin ako ng tawad bago umalis at bumalik sa classroom.

Napaisip ako ng malalim, bakit ako? Bakit ako ang biniyayaan ng kamalasan? Buong buhay ko, wala akong tinapakang tao. 'Di ko minaliit yung mga na sa ilalim ko pag dating sa estado ng buhay. Pero bakit ako? Tiniis ko ang sakit at hamon ng buhay. Pero bakit 'di bumunga ang resulta. Saan ako nagkulang? Tama nga sigurong dapat mag isa lang ako sa buhay. Nang sa ganon, wala akong dinadamay na tao sa problema ko.

Uwian nanaman ng biglang bumuhos ang ulan. Buti naman handa ako at nakapagdala ako ng payong. Napansin kong sa guard house na mismo ng school si manong Henry umabang sa akin. Wala na talaga akong takas. Kaso napansin kong may mga grupo ng estudyante na dumadaan sa kabilang parte ng campus. Kaya sinundan ko sila. Pagdating ko sa dulo, it turns out na may isa pang gate ang school namin para sa exit. Kaya tagumpay muli ang pagtakas ko kay manong Henry. Gagawa na lang ako ng rason kila mommy at daddy kung bakit 'di nanaman ako nakasabay. Dali dali akong pumunta sa bus terminal dahil napapansin kong lumalakas ang ihip ng hangin dahil sa ulan. Pag sakay ko ng bus, buti naman marami pang pwesto. Nagulat akong walang umupo sa usual seat ko. Habang inaayos ko ang aking sarili, may kumalabit sa akin balikat,

"Huy"

Paglingon ko, si miss nandiyan nanaman,

"Tagal mong dumating ah, patabi nga"

Mukhang mas nagiging komportable siya sa akin. Pero hanggang ngayong nahihiya parin akong tumingin sa kanya. Mabuti naman at siya ang madalas nakikipagusap sa akin. Kaya ang gawain ko na lang ay sumagot,

"Himalang late ka sumakay ngayon ha, madalas kasing ikaw talaga ang nauuna eh"

"Umulan po kasi"

"Ano ka ba! Bakit ka nag po-po sa akin? Mukha ba akong matanda sa mga mata mo?!"

"'Di naman sa ganon, nasanay lang po ako"

"Ganon ba? Ang galang mo naman—"

Tumingin siya sa akin habang nag ge-gesture ng kamay niya. Pero 'di ko alam ang pinapahiwatig niya, kaya tinanong ko kung ano,

"Bakit ka po "gumaganyan" ng mga kamay mo?"

"Ano ka ba! name mo! slow mo naman bes"

'Di ako nakasagot agad sa sinabi niya at nautal ako sa pananalita ko. Pag nalaman niya ang buong pangalan ko, baka makikilala niya kung sino talaga ako. At iiwas din siya tulad ng mga nauna, dahil iisipin niya ring matapobre akong tao dahil sobrang yaman namin. Ayaw kong mangyare yun. Lalo't ang layo na narating ko sa kany—

"Ah gets ko, ladies first ganon? Fine fine. Ako po si Faye Ellie, you can call me Faye or El. Pero I suggest Faye kasi gumaganda ako pag yun ang tinatawag sa akin hmmp"

Nabigla ako. Natulala. Nalaman ko na rin sa wakas ang pangalan niya. Faye, her name is Faye.

Between You and I

"Pero wala na munang apilido, baka panay stalk ka sa social media accounts ko eh. Akala mo 'di ko alam mga galawan niyong mga lalake HAHAHAHA"

'Di alam ni Faye na dinelete ko lahat ng social media accounts ko for the sake na 'di nila malalaman ang totoong pagkatao ko. Mabuti naman at nabangit niyang 'di muna namin alamin ang apilido ng bawat isa. Dahil diyan, I can confidently say my name without hesitation,

"Ako po si Keith, Keith Carlos po"

"Bagay naman sa itsura mo ang Keith hahahaha"

Habang sa kalagitnaan ng usapan, napansin ni Faye ang logo ng uniform ko na natatakpan ng aking jacket,

"Keith, saglit nga" hinawakan niya ang aking jacket at nakita niya ang logo sa bulsa ng aking uniform,

"Pareho lang pala tayo ng school na tinutuluyan?!"

'Di ako makapaniwala sa sinabi ni Faye. Kaya binuksan niya ang jacket na suot niya at ipinakita niya rin sa akin ang logo ng kanyang uniform. Kinatuwa ko na sa parehong paaralan lang kami tumutuloy. Pero naisip kong baka malalaman ni Faye na madalas akong na bu-bully dahil sa mga kumakalat na tsismis patungkol sa aking pamilya. Iniisip ko na baka dahil dun, iiwas rin siya sa akin tulad ng iba. Nadamay na si Spencer dati, paano kung madadamay rin si Faye? 'Di ko kakayaning may masasaktan pang iba dahil lang sa akin. Ang kaso alam na ni Faye ngayon kung saan ako umaaral,

"See! Pareho tayo ng logo. Pero for some reason 'di kita nakikita sa campus. Ano ba ang strand mo?"

"HUMSS po"

"Sabing wag ka na mag po-po sa akin, feeling ko ang tanda ko tuloy! Magkaka wrinkles talaga ako sa pinagsasabi mo"

"Nasanay lang talaga ako"

"Anyway, HUMSS? Magkatabi lang naman ang room ng HUMSS at STEM ah. 'Di talaga kita nakikita, promise"

Sa tuwing natatapos kasi ang klase, palagi akong nagpapahuli lumabas. Bago pa ako tuluyang umalis ng classroom namin, tumitingin muna ako sa paligid kung meron bang makakakita. Kaya siguro 'di niya ako nakikita kasi nauuna siyang lumabas. Pero mukhang babago lahat ng yun,

"Eto na lang, bukas na bukas hahanapin kita sa campus"

Bumilis ang tibok ng puso ko nung mga sandaling iyon. May makakasabay narin ako ulit. Sana lang 'di mangyayare kay Faye ang nangyari kay Spencer,

"O Keith, dito na pala ang stop ko. Bukas ulit, babye"

Pagbaba niya nang bus, tumingin siya sa bintana kung saan ako nakapwesto at kumuway ng kamay. Ngumiti ako at kumuway pabalik. Alam ko sa sarili ko na sa mga sandaling iyon, may nabuo akong pagkakaibigang tatagal.

Pagkadating ko sa bahay, napansin kong 'di pa nakarating si manong Henry. Kaya pagpasok ko sa loob ng bahay, agad kong sinabi kung bakit 'di ako ulit nakasabay kay manong,

"Mom, dad, nandito na ako"

"Oh anak, kamusta sa school?"

"Okay na okay po"

"Aba aba, saya mo ngayon ah. By the way, sabay ba kayo ni manong Henry mong umuwi?"

"Ah about that, 'di po eh. Paano po kasi napansin ko kanina na malakas na ang hangin. So, I assumed na malakas ulit ang ulan kaya nag commute na ako pauwi pero promise bukas, aantay ako kay manong"

"Fine, bukas ha"

Mabuti naman at pinalagpas ako ni Mommy at Daddy. Pero kailangan ko talagang lutasin ang problema ko na 'to. Ayaw ko mauulit yung 'di namin pagkakasunduan nung nakaraan. Isang paraan lang ang naiisip ko para 'di kumanta si manong Henry. Habang na sa kwarto, napasulat nanaman ako sa diary. Kinalulungkot kong 'di ko na makakausap o makakasama si Spencer. Pero sigurado akong naiintindihan niya, ginawa ko lang naman yun para sa kalagayan niya. Ayaw ko rin namang maranasan ang mga natamo niyang pasa sa katawan.

Habang nakahiga, nadinig ko na ang kotse na paparating. Sigurado akong si manong Henry yun. Agad agad akong lumabas ng bahay at pumunta sa tinutuluyan niya. Pagkadating niya sa kanyang tinutuluyan, na sa loob na ako nag aantay. Kaya nagulat siya nung makita niya akong nakaupo sa higaan sa pag andar niya ng ilaw,

"Hello manong"

"HOOOOO! JUSKO KO, KEITH NAMAN hahahaha, ba't 'di mo ako pinagsabihan na papasok ka pala dito?"

"May sasabihin kasi ako sa'yo manong at wala ka pa kasi dito kanina. Kaya 'di kita nasabihan na papasok ako hehe"

"Ganon ba? ano ba ang mapaglilingkod ko sa'yo?"

"Alam mo naman manong na 'di ako nakakasabay sa'yo sa paguwi ko galing school"

"Oo nga eh, 'di ko alam kung masyado ba akong maaga o masyado akong late sumundo sa'yo"

"Sa totoo manong, never ka naman naging late. Sadyang tinatakasan lang po kita"

Sinabi ko lahat kay manong Henry. Wala akong tinago sa kanya. Ito lang ang naiisip kong paraan para mapagpatuloy ko ang pagsabay namin ni Faye sa uwian,

"Ano po kasi manong, meron po kasing babae—"

"Naku iho, ano ang ibig mong sabihin"

Pinaliwanag ko kay manong ang mga dahilan. 'Di siya makapaniwala na wala akong kaibigan. Muntikan narin akong maluha dahil sa naalala ko ang mga masasakit na karanasan ko dati. Habang nakikinig si manong, napahawak siya aking balikat at nag bilin ng mga salita,

"Iho, gusto mo ba talagang makasabay yang babaeng yan tuwing hapon?"

"Opo manong—"

"Edi wala akong problema basta masaya ka at ligtas ka"

"Pero manong, pag nahuli tayo nila mommy at daddy na 'di sabay umuwi, baka sila na ang susundo sa akin sa school at baka mapahamak ka"

Dito pumasok ang nakasunduan naming plano ni manong Henry. Ipapaalam ko sa kanya na nakalabas na ako sa school at susundan niya ang bus na sasakyan namin ni Faye. Sa oras na bumaba ako sa stop namin, sasakay ako sa kotse at sabay kaming makakapasok sa compound. Sa ganong paraan, nakasabay kong umuwi si Faye at sabay kaming umuwi ni manong Henry. 'Di malalaman nila mommy at daddy ang plano namin.

Kinabukasan sabay kami ni manong Henry pumunta ng school. Pinaalam ko rin sa kanya na sa likod ako ng campus na gate papasok. Sinabi ko rin sa kanya na doon ako dumadaan kung tinatakasan ko siya. Kaya sa oras na uwian na namin, doon niya dapat ako aabangan. Alam narin ni manong na 'di pwedeng malaman ng mga kaklase ko na mayaman ako. Nagpapasalamat akong naintindihan ni manong ang aking pinagdadaanan. Siya nga ang unang nakakaalam ng lahat ng ito. Umaasa akong 'di siya kakanta tulad ng ginagawa ko. Pag pasok ko sa school, naisip kong magkikita kami ni Faye. Pero 'di ko alam kung anong oras at kung saan banda. Sana 'di siya iiwas sa akin sa oras na makita niya akong kumakain mag isa sa tanghali. Ayaw ko rin namang maisip niya na weird ako or something.

Papalapit narin ang midterms namin pero no doubt na ready na ako. Mas napapadalas ang pagbabasa ko lately kesa paglalaro. Natapos ko na lahat ng games ko in single player mode. Saka ko na lalaruin ulit kong may ka multiplayer na ako. I was hoping na si Spencer nga sana yung unang kalaro ko na yun, pero mukhang malabong mangyayare. Pero not all hope is lost, kasi nandiyan naman si Faye. Sana gamer rin siya tulad ko or reader.

Habang na sa klase, binigay na ang pointers namin para sa midterms. Napansin kong nag group meeting yung mga bullies. Ewan ko kung ano ang pinaguusapan nila. Buti nga at walang may nakipag eye to eye contact sa akin mula sa grupo nila. Naprapraning na kasi ako sa tuwing nag uusap sila as a group. Naiisip ko na baka ako ulit ang pinaguusapan at baka may masama silang balak sa akin.

Pag ring ng bell, agad agad silang pumunta sa cafeteria, pero this time nakapaghanda ako ng maiinom ko. Kaya no need to buy this time around. Pumunta ako sa usual spot ko sa campus. Habang umuupo mag isa, may kumalabit sa balikat ko,

"HI KEITH! NAHANAP RIN KITA!"

Nagulat akong nahanap ako ni Faye sa usual spot ko. Ewan ko kung paano niya ako nakita rito. Pero wala akong choice but to entertain her, kung meron man akong pang entertain. Kaso sa kalagitnaan ng kain namin, may naitanong siya. 'Di ko akalain na nag dalawang isip ako ulit sa pagsagot sa katanungan niya.

Close To You

"Bakit ka nag iisa dito? Akala ko nga ang dami mong friends kasi ang galang galang mo"

Habang nakatitig sa pagkain ko, gusto ko sanang mag sinungaling kay Faye. Kaso ayaw ko, not this time. Kailangan ko lang maitago ang pagkatao ko sa kanya. Pero ang 'di pagkakaroon ng kaibigan, mukhang pwede ko naman masabi ang dahilan,

"To be honest, ewan ko"

"Ewan mo? what do you mean?"

"Mas madalas nga akong nabu-bully eh"

"Bakit ka naman ibu-bully?"

Okay, nagsisi akong mag open up sa kanya. Nakalimutan kong madaldal pala siyang tao. Balik ako sa dating gawi, deny lang ng deny,

"Ayun na nga eh, 'di ko rin alam. Pero sa tuwing nag iisa ako dito, napaka peaceful. It's just me, my food and nature ambience"

"At ngayon, pati ako"

Ayaw ko sanang ipakitang nag blu-blush ako kaso nakatitig siya sa akin. Kaya inasar niya nanaman ako habang sinusubo ang pagkain ko,

"Ayieeeeee, kinilig si Keith hahahaha pero maiba tayo. Hayaan mo na yung mga bully na yun, okay? Iwasan mo na lang sila at wag mo na silang babanggain sa ano mang bagay. Sa ganon, 'di ka nila pag iinitan"

Matagal na akong umiiwas sa ganon. Pero for some reason parang magnet ako ng kamalasan. Lahat ng ayaw ko, lumalapit sa akin. Sana sa pagkakataong ito, mababago lahat ng yun. Dahil nandito na si Faye,

"Sige eto, ibang usapan. Tatanong ako at sasagot ka, same goes for me. I'll go first. So, Keith—"

"Yes?"

"Ano ang gusto mo sa babae?"

Napalunok ako ng laway sa tanong niya. Wala pa naman ako naging ideal girl before. Kaya medyo nakakapressure yung tanong niya sa akin. Pero either way, kailangan ko paring sumagot lalo't siya lang ang kausap ko,

"Ahhh, siguro yung—mabait?"

"Yun lang?! dagdagan mo naman!"

"May hobbies?"

"Like what? Reading? Boring naman yun"

"Yun sana ang sasabihin ko—"

"Oh—"

Medyo natahimik yung usapan namin dahil sa nasabi ni Faye. Since madaldal siya, agad naman kaming nakalabas sa awkward situation,

"Ikaw pala, your turn, ask me anything"

"Faye?"

"Yes Keith?"

"Ano ang gusto mo sa lalaki?"

"Isa lang ang gusto ko sa lalaki, HINDI SINUNGALING!"

'Di sinungaling. Yan ang gusto niya. Nawala ang ngiti sa itsura ko dahil dun. Naisip ko lahat ng malalang sitwasyon sa oras na malaman niya ang totoo. Pag nalaman niya ang lahat ng patungkol sa akin at patungkol sa identity ko, sigurado akong babalik ako sa simula. Nanumpa akong 'di malalaman ni Faye ang katotohanan. Sana 'di ako madulas at 'di kami aabot sa puntong yun. Pinaliwanag din ni Faye kung bakit ganon ang gusto niya,

"Alam mo kasi Keith sa mundong 'to, walang silbi ang pagiging gwapo, matalino, magaling kung sinungaling ka. Yung tiwalang nabuo sa samahan niyo dalawa? Kayang burahin niyan sa isang sinungaling lang, ISA lang"

"Sorry—"

"Ano ka ba, ba't ka nag so-sorry? Naniniwala rin naman ako sa karma. Kaya goodluck na lang sa kanya"

"Sa kanya?"

Merong nakaraan si Faye sa isang lalaki. Napaniwala siya na ang lalaking iyon ang bubuo sa kanya. Pero masyadong mapagsamantala ang mundo. Ginawa ni Faye ang lahat pero may mga tao talagang 'di nakokontento. Nawalan ng pag asa si Faye sa pag-ibig. 'Di niya nai-imagine ang sarili niya na pumasok muli sa isang relasyon. Kung meron man magpapabago ng pagtingin niya, sana sa isang mabuting tao na,

"Sorry kung natanong ko yun"

"Wala kang kasalanan Keith, ako rin naman nag simula eh HAHAHAHAHA. Pero Keith—"

Tumitig ako sa kanya

"Promise me one thing, wag kang mag sinungaling sa akin. Okay?"

"Promise ko na 'di ako magsisinungaling sa'yo Faye"

"Dahil diyan, ibibigay ko sa'yo ang isa sa mga bracelet ko. Sa tuwing sinusuot mo ito, ibig sabihin yun wala kang tinatago sa akin at mananatiling open tayo sa isa't isa"

Patawarin mo ako Faye. Wala akong balak na sabihin sa'yo ang totoo. Ito lang ang naiisip ko na paraan para 'di matatapos ang ugnayan nating dalawa. Sana maintindihan mo ako.

Pagkatapos ng kain at usapan namin, nag sibalikan na kami sa kanya kanya naming classroom. Dumaan ang ilang minuto pumasok na ang teacher namin. It turns out na bukas ang magiging first day ng midterms. Habang nag a-announce ng mga mauunang subject sa exam, biglang bumuhos ang ulan. Buti naman at nakadala ako ng payong. Kaya pag uwian namin, handang handa ako makipagsapalaran sa ulan. Paalis na sana ako patungong bus terminal pero may tumawag sa pangalan ko,

"Keith! Saglit lang! buti naman nandito ka pa. Sabay na tayong pumunta sa terminal kaso umuulan pa eh"

Gusto ko sanang bangitin na may payong ako pero nahihiya parin ako sa presensiya niya. Agad rin namang napansin ni Faye na nakalagay sa side pocket ng bag ko ang payong, kaya kinuha niya ito at binuksan,

"May payong ka naman pala eh! Ba't 'di ka nagsabi? 'to talaga oh"

Lumabas siya sa may silong at lumakad sa ulan ng 'di ako nakasunod. Pag lingon niya inabot niya ang mga kamay niya sa akin sabay sabing,

"Tara na! ano pang inaantay mo?!"

Kaya hinawakan ko ang kamay niya at napatitig siya sa kamay naming dalawa. Nakangiti lang ako nang bigla niyang pinalo ang aking kamay,

"ANO BA?! Yung bag mo! landi neto oh"

"Sorry sorry, 'di ka naman kasi umimik eh"

"Nag dadahilan ka pa, dumikit ka dito para 'di mabasa ng ulan ang balikat mo"

Mag kadikit kaming lumakad patungo sa bus terminal. Nakita ko ring umabang si manong Henry sa back gate. Kaya sumenyas ako sa kanya tulad ng napag usapan naming dalawa. Habang naglalakad may nabanggit si Faye patungkol sa exam namin,

"Na announce rin ba sa room niyo kanina yung patungkol sa exam?"

"Oo naman"

"Hmmmm, Keith may naisip ako"

"Ano?"

"Pag mataas ang score nating dalawa sa exam, kain tayo street food. Treat ko"

"Sige, pag iisipan ko"

"Anong pag iisipan?! Street food na nga eh at libre ko pa! ayaw mo?!"

'Di kasi alam ni Faye na 'di ako pinapakain ni mommy ng street foods kasi magkakahepa raw ako. Pero sa huli pumayag na lang parin ako kasi ayaw ko sirain yung moment. Pag dating namin dalawa sa terminal agad naman kaming sumakay ng bus. Ang kaso walang empty na two-seater. Merong espasyo sa ibang two-seater kaso occupied ng tig iisang pasahero. Kaya 'di kami magkatabi ni Faye. Habang nagbabyahe, nag tatapon ng papel si Faye sa akin. Tumalikod ako at nakita kong nag ge-gesture siya na basahin ko raw yung laman,

"Sweet niyo naman ng katabi mo hehehe"

Tumingin ako sa kanya at tinapon ko pabalik ang papel na may sulat,

"Lalaki ang katabi ko..."

Tawang tawa si Faye sa kanyang upuan. Sinuway nga siya ng katabi niya. Huminto na ang bus sa unang stop at bumaba yung katabi ko. Kaya agad namang lumapit si Faye at nakiupo sa akin. Pabulong niya ring sinabi sa akin na,

"IKAW TALAGA! PINAHAMAK MO AKO!"

"Yan tuloy, pinagalitan ng katabi niya, ang kulit mo kasi eh"

"Pinagalitan ako dahil sa'yo!"

Kiniliti ako ni Faye ng kiniliti. Unang beses ko ring maranasan yung ganon. Kaya 'di ko mapigilang matawa ng malakas sa bus. Kaya nagalit yung ibang pasahero sa amin,

"HUY ANG KULIT NIYONG DALAWA, BUMABA NA LANG KAYO KUNG MAG IINGAY LANG KAYO"

"Sorry po—"

Napahiya ako at dun natuwa si Faye,

"Napagalitan siya HAHAHAHAHA"

"Humand—"

"Sinong hahanda Keith? Huh? Sino? Sige sabihin mo nga"

"Wala, nevermind!"

"Good HAHAHAHAHA"

Medyo natahimik kaming dalawa after nung napagalitan kami. Pero 'di nahinto yung pangungulit niya sa akin. Nangigiliti siya ng 'di ko alam kaya nabibigla ako. Lumipas ang ilang minuto, stop na ni Faye at namaalam na siya sa akin,

"Well, looks like dito na ako. Bukas ulit Keith, ingat ka sa pag uwi. Babye, salamat sa pag payong at goodluck sa exam bukas"

Pagkababa ni Faye sa bus, 'di ko mapigilang tumitig sa bracelet na ibinigay niya. Alam kong simbolo ito ng samahan naming dalawa. Pero sa tuwing tinititigan ko ang bracelet niya, 'di nawawala sa isipan ko ang mga posibilidad na mangyayare sa oras na malaman niya ang katotohonan. Aasa ako na this time around, makikisama ang panahon sa akin. Kailangan ko ring maghanda para sa exam bukas, dahil kakain kami ni Faye sa labas.

I Didn't Mean It

Pagkababa ko ng bus, nakita kong sumunod si manong Henry. Tumingin muna ako sa paligid ko bago sumakay sa loob ng kotse. Agad naman akong kinamusta ni manong sa byahe ko,

"Keith, mukhang masaya ka ngayon ah"

"Opo manong, binigyan niya po ako ng bracelet"

"Nakita ko rin kanina yung pagbaba niya ng bus, ang ganda niya at mukhang mabait rin"

"Opo nga manong, pero nalulungkot po ako"

"Bakit naman?"

"Sabi niya kasi sa tuwing sinusuot ko 'tong bracelet na binigay niya, wala raw akong tinatago sa kanya"

Natahimik kaming dalawa ni manong Henry. Ramdam namin ang mga masasakit na mangyayare sa oras na malaman ni Faye ang lahat,

"Ahh wag kang mag alala iho, 'di niya naman kailangang malaman. As long na masaya kayong dalawa, wala ka dapat ipag alala"

"Salamat po manong"

Dumating kami sa compound. Umaabang si daddy sa pinto. Wala si mommy nung araw na yun dahil nag overtime siya sa hospital. Naparami raw ang pasyente. Kinatuwa naman ni daddy na makita kami dalawa ni manong Henry na bumaba sa kotse. Hinakbayan niya ako papasok sa bahay. Lumingon ako kay manong Henry at ngumiti dahil tagumpay ang naging plano namin. Pag pasok ko sa kwarto, agad agad akong nag bihis at inihanda ang study materials ko. Alam kong nakapag handa na ako ng matagal na panahon sa exam pero ayaw kong mag kumpyensa. Kailangan kong makakuha ng mataas na score para matuloy ang kain namin ni Faye sa labas. Matagal narin akong curious sa lasa ng isaw kaya exciting rin kahit papano ang street food mukbang namin.

Dumaan ang ilang oras, ang dami kong na cram sa pag study. Isinabay ko na rin ang day two schedule para sa oras na ire-review ko sila, mas madali para sa akin na aalahanin. Napansin ni daddy na 'di pa ako bumaba para mag dinner. Kaya pinuntahan niya ako sa kwarto. Gulat siya ng makita niyang nakakalat lahat ng study materials ko sa sahig at sa higaan,

"Keith! Anak! Kalma ka lang, ang mga papers mo nakakalat oh"

"Sorry dad, busy lang talaga sa pag cram"

"Kelan ba exam mo?"

"Bukas po"

"Ilang subjects?"

"Apat po"

"APAT?! Bakit parang pati grade 12 exam dinamay mo?! Kalma ka lang, dinner na muna tayo"

"Susunod po ako"

"Hay nako, anak ko talaga hahahaha. Sige sige pag iiwanan na lang kita ng makakain mo ha?"

"Sige po, thank you po and I love you po" mabilisan kong sinabi sa kanya,

Bumibilis yung pagbabasa ko gamit ang aking mga mata. I think ito yung term na "adrenaline rush" kung saan bumibilis lahat nang pangyayare. Dahil siguro sa excitement 'to. Never naman ako naging ganto kabilis umaral dati ng studies. Ngayon ko lang sineryoso ng sobra sobra.

Umabot rin ako sa puntong gutom na gutom na ako. Kaya bumaba ako at kinuha ko yung itinabing pagkain ni daddy para sa akin. Habang kumakain sa lamesa, ramdam ko na parang nag aaksaya ako ng oras. Kaya dinala ko ang pagkain ko sa kwarto at nag study habang kumakain. Inabutan ako ng madaling araw sa pag stu-study. Lahat ng tao sa compound tulog na. Ako na lang ang hindi. Ganon talaga pag 'di pa nakatikim ng isaw, na e-excite.

Kinabukasan, sigurado ako ang pinakahandang estudyante sa campus para sa unang araw ng exam. Pag upo ko sa upuan ko, pansin kong nag la-last minute study ang mga kaklase ko. Pero yung mga grupo ng bullies, ni isa sa kanila walang may nag stu-study. Inisip kong nag cram rin sila tulad ko. Pag dating ng teacher namin, dala dala niya na ang test papers,

"Get one and pass. Strictly no erasures and avoid looking at your seatmates. You can start as soon as you receive your test paper"

Pagka receive ko ng test paper ko, agad kong narealize na sumakto lahat ng pinag aralan ko para sa exam. Ang bilis kong nakapag sagot. From multiple choice patungong enumeration. 'Di man lang umabot ng kalahating oras, natapos ko na ang exam. Napatingin lahat ng klasmeyt ko sa akin habang pabalik ako sa upuan. Habang inaantay ang susunod na test paper, pansin kong nag aabutan ng maliit na papel ang grupo ng mga bullies. Pero naalala ko ang sabi ni Faye na "wag ko na silang babanggain" kaya kung ano man ang resulta ng exam nila, isa ako sa nakakaalam na peke yun.

Dumaan ang ilang oras at natapos ko rin ang mga sumunod na exam. Lahat alam ko ang sagot, though may ibang parte na nag dadalawang isip ako, still, sure ako sa ibang sagot ko. Hopefully sa day two magiging same ang resulta. Pagkauwian, sabay kami muli ni Faye umuwi. Nag kamustahan kami patungkol sa exam at mabuti naman na sinabi niyang nadalian siya sa lahat. Kaya confident akong pareho kaming mataas ang score.

Dumaan ang sumunod na araw at ang pangalawang exam namin nandiyan narin. Bali mas napadali ang pag review ko ng papers kagabi dahil nag advance study na ako nung unang araw. As expected ko sa sarili ko, ako ang unang natapos. Familiar rin lahat ng naging questions kanina sa exam. Bago kami tuluyang pinauwi, inanounce na bukas agad malalaman ang overall score namin sa per subject.

Dumating yung araw na yun, habang nag lalakad patungo sa classroom. Nakita kong nakatambak yung mga kaklase ko sa bulletin board. May tinititigan sila, kaya nakisilip narin ako. Nakita ko na may nakasulat na "exam results" kaya agad kong hinanap ang pangalan ko. Mula taas hanggang baba, 'di ko talaga nakita. 'Di ako makapaniwala sa nangyayare. Gusto kong maluha pero nag ring na ang bell, kaya napilitan akong pumasok na sa room namin. Lumuksa ako sa desk ko ng biglang nag pasok ang teacher namin,

"Congrats sa inyo class, all of you did well during the exam. Alam kong may isa sa inyo ang nagaalala dahil wala sa bulletin board ang name niya"

Nakuha ni ma'am ang atensyon ko at napatingin ako sa kanya. Nakangiti siya habang nakatitig sa akin,

"I can proudly say that Mr. Keith Carlos got the highest or should I say perfect score on all of the exam. Everyone please applause"

Unang beses kong narinig ang palakpak ng aking mga kaklase. Unang beses ko ring nakita na nakatitig sila sa akin habang nakangiti. May nag congrats sa akin ng pabulong. May kumamay sa akin. Pero nung mga sandaling yun isa lang ang na sa isip ko at yun ang kain namin ni Faye sa street food mamaya.

Pumunta ako sa comfort room para mag freshen up nang biglang may lumagay ng panyo sa aking mga mata at bunganga. Dumilim ang aking paningin at hindi ako makagalaw. Ramdam kong may tali ang aking mga kamay at paa. Tumutulo na aking mga luha. 'Di ko alam kung sino ang gumagawa nito pero base sa kanilang mga boses, kilala ko na kung sino.

Binagsak nila ako sa lupang puno ng bato. Nasaktan ako sa aking tagiliran. Nag bitaw ng mga salita ang lalaking sa tingin ko ang naging utak sa likod ng pangyayareng ito,

"Sa tingin mo malalamangan mo kami"

Sinipa ako sa aking katawan. Hindi ako makahingi ng saklolo dahil may takip ang aking bunganga,

"Matapobre ka na nga, MAYABANG KA PA! dapat lang na ginagawa 'to sa taong tulad mo!"

Iniisip ko sa mga sandaling yun, katapusan ko na. Inisip kong, "bakit 'to ginagawa ng mundo sa akin? Saan ako nagkulang?" Habang nakadapa sa sahig, walang magawa, lumapit ang lider nila sa akin at inalis ang takip sa aking mga mata,

"Surprise Keith, ako nga pala si kamatayan mo"

Sinasabi ko na nga bang mauulit muli ang mga naranasan ko. Ang grupo ng mga bully ang dumukot sa akin patungo sa likod ng gym. Pinutol nila ang tali sa aking kamay at paa sabay sabing,

"Lumaban ka! Subukan mo! Mayabang ka diba?!"

Habang nag mamakaawa sa grupo nila, may isang malakas na sigaw kaming nadinig. Nagulat ako nang makita ko ang sasalba sa akin.

It's Over, For now

"SUBUKAN NINYO!"

Lumingon lahat ng mga nag bu-bully sa akin. Nakita namin si Spencer. Hawak niya ang cellphone niya at kinukuhaan ng video ang ginagawa ng mga kasamahan niya sa akin. Pinagbantaan niya ang sarili niyang grupo,

"Ituloy niyo yan, 'di ako magdadalawang isip sa pagsumbong sa inyo!"

"Sumbong? Nakalimutan mo atang iisang grupo lang tayo! Pag ilaglag mo kami, damay ka"

"I'll take my chances. KEITH! UMALIS KA NA! TAKBO!"

'Di ko alam kung anong nangyayare. Blangko ang laman ng isipan ko. Nung mga sandaling iyon, takbo lang ako ng takbo tulad ng sabi ni Spencer. Bumibilis ang aking paghinga. Tumulo na rin ang aking mga luha. Hinanap ko si manong Henry nung mga sandaling yun. Habang natataranta sa paghahanap kay manong, nakatitig ang ibang estudyante sa akin. Ang iba sa kanila nag tatanong,

"Okay ka lang? Bakit ganyan ang itsura mo? Ba't ka umiiyak?"

'Di ko napapansin ang mga kumakausap sa akin. Pinagpatuloy ko ang pagtakbo ko kahit nauubusan na ako ng hininga. Dahil sa kaba at taranta, 'di ko na alam kung saan ako patungo habang tumatakbo at dun ko nabangga si Faye,

"ARAY! ANO BA YA— KEITH?! ANONG NANGYARE SA'YO?!"

Tumitig lang ako sa kanya at naiyak. Linapitan niya ako at inalayan. Dumeretso kami sa usual spot ko sa campus. Habang linilinis niya ang mga mantsa sa aking mukha, kinausap niya ako ng masinsinan,

"Hinanap kita after exam, akala ko nga ikaw ang hahanap sa akin. 'Di ko alam na ito na pala ang nangyare sa'yo. Sino bang gumawa nito?"

"Grupo ni Spencer, yung mga nag bu-bully sa akin" humihingal kong sinabi sa kanya,

"SILA NANAMAN?! HUMANAD—"

"'Di kasali si Spencer, yung mga kasamahan niya lang"

Pinaliwanag ko kay Faye ang mga nangyare. 'Di siya makapaniwalang na isa sa mga kasamahan ng mga bully ang sumalba sa akin. Kilala raw ang grupo nila na tagahatak ng mga na sa baba nila. Mula sa pagkuha ng pera at pagkuha ng mga sagot sa assignments at kung ano pa. Naging sanhi rin ng grupo nila Spencer ang pag sialisan ng mga magagaling na estudyante sa campus. Matagal na raw nilang ginagawa yun, kahit nung high school pa sila. Pero nung mga oras na nagpakilala si Spencer sa akin, ibang iba sa sinabi ni Faye. Kita ko kay

Spencer na mabuti siyang tao. Pero 'di ko alam kung paano siya napasok sa ganon na klaseng grupo.

'Di natuloy ang kain namin ng street food ni Faye nung araw na yun. Masyado naging tahimik ang byahe namin sa bus dahil sa mga nangyare. Humingi rin siya ng tawad dahil siya ang pasimuno ng pagkuha ng mataas na score sa exam. 'Di ko naman ginusto ang mga pangyayare nung araw na yun. Alam ko namang sisikat parin ang araw bukas tulad ngayon. 'Di sa lahat ng oras mangyayare yung ganto. Bago pa man kami nakarating sa stop ni Faye, may binilin siya sa akin,

"Keith? Pasensya talaga kung wala ako nung mga oras na yun"

"Tulad nga ng sabi ko, wala ka namang kasalanan"

"Kahit na, gusto ko nandiyan rin ako sa oras na kailangan mo ako. Kaya kung gusto mo, ibibigay ko sa'yo ang full name ko para ma-add mo ako sa social media accounts ko"

Gustong kong pumayag nung mga sandaling yun. Pero sa oras na malalaman ko ang buong pangalan niya, 'di malabong tatanungin niya rin ang akin. Medyo nasayangan ako sa oppurtunidad na yun. Pero for the sake na tatagal kami, kailangan kong mag deny,

"Wag na muna. Wag kang mag alala, umaasa naman ako 'di na mauulit yun. Sana"

Tumitig ako muli sa labas ng bintana. Ramdam ko paring nakokonsensiya si Faye dahil sa mga nangyare. Pagkadating namin sa stop niya, namaalam siya sa akin.

Pero bago siya umalis, may inilagay siya sa bulsa ko. Kumuway siya sa akin at tuluyan ng bumaba ng bus. Paghawak ko ng bulsa ko, merong isang papel. Pagbuklat ko merong may nakasulat na numero at mensahe,

"Kahit number ko na lang"

Napangiti ako nung mga sandaling yun. Siya ang kaunaunahang kaibigan at babae na nailagay ko sa cellphone ko. Sa kabila ng masamang nangyari sa akin nung araw na yun, meron parin talagang nagpapasaya sa akin. Pagkababa ko ng bus, napansin ni manong Henry na matamlay ako at nanghihina sa paglalakad. Kaya agad siyang bumababa at inalalayan ako papasok ng kotse,

"KEITH! Jusko anong nangyare?!"

"Sasabihin ko po mamaya manong"

Pagpasok ko sa kotse, ramdam ko parin ang pananakit ng aking katawan. Pinaliwanag ko rin kay manong Henry ang nangyari,

"May grupong nanakit sa akin kanina sa campus"

"HA?! Kailangan malaman 'to ng magulang mo!" sabay kinuha ang kanyang cellphone,

"Manong, pag nalaman nila ang nangyare sa akin sa school, papalipatin nila ako. 'Di ko na makikita muli si Faye!"

Tumitig ako kay manong Henry at nagmakaawa. Kita ko sa mga mata niyang mali ang ginagawa namin,

"Please manong, siya lang ang meron ako"

Binaba niya ang kanyang cellphone at dumeretso kami sa loob ng block. Bago bumaba ng kotse, napagisipan ni manong na lagyan ng mga ointment ang katawan ko. Para mabawasan ang pananakit at maga. Dinala niya ako sa kanyang tinutuluyan at dun niya ako inayos. Napansin ni daddy na wala pa ako sa loob ng bahay. Kaya tawag siya ng tawag sa aking pangalan at inisip na nandun lang ako sa kwarto. Pero pag nalaman ni daddy na wala ako dun, baka kung ano na ang maisip niya. Buti naman at alam ko na ang pasikot sikot sa mansyon. May mga daanan na ako lang ang nakakaalan. Kaya bago paman binuksan ni daddy ang kwarto ko, nakahiga na ako sa higaan at nagpapanggap na natutulog.

Kinabukasan, mas lalong sumakit ang aking katawan. Hirap ako sa pagtayo. Para akong linagnat dahil sa sobrang sakit ng aking dinanas. Pag katok ni daddy sa kwarto para sabihing mag breakfast na, pansin niyang hirap akong makabangon. Kaya nag alala siya at tinanong kung bakit ang bigat ng aking pakiramdam,

"Ba't ka linagnat anak?!"

"Nabasa kasi ako ng ulan nung nakaraang araw"

"Saglit, kukuhaan kita ng sopas. Pahinga ka na lang muna ngayong araw"

Buti naman at 'di na ako pinapasok muna ni daddy nung araw na yun. Ayaw ko rin malaman ni mommy ang nangyayare sa akin ngayon. Madali pa namang mapraning yun pag nagkasakit ako. Last time na nawalan ako ng gana kumain, pinahospital niya ako at siya mismo ang nag check sa akin. Pero ang totoo, ayaw ko lang talaga yung ulam nung araw na yun. Pero pag nalaman niyang may sakit ako, uulitin niya nanaman ang ginawa niya. Ang mas malala pa run, baka makita nila ni daddy ang pamamaga ng aking katawan. Kailangan ko rin bilisan magpagaling kung gusto kong 'di ako maabutan ni mommy sa ganitong sitwasyon.

Pagpasok ni daddy sa kwarto, dahan dahan niya akong pinaupo sa aking higaan at sinubuan ng sopas. Ramdam ko ang sakit ng mga tama ko mula sa sipa ng mga nag bully sa akin. Pero tiniis ko, ayaw ko na mahalata ni daddy na may ibang pananakit ako. Binilisan kong inubos ang sopas para makabalik ako sa pagpapahinga.

Pinainom na rin ako ni daddy ng gamot para mas bumilis pa lalo ang pag galing ko. Medyo nakakahinga na ako ng mabuti. Habang nakahiga, nakinig ako ng music sa cellphone ko at doon ko naalala ang ibinigay ni Faye sa akin. Nakalimutan kong alisin ang papel na may number niya sa bulsa ng aking uniform. Mabuti naman at 'di ko nalagay sa labahan. Agad agad kong inilagay ang number niya sa phone ko. Gusto ko sanang mag send ng message kaso nahihiya ako at wala akong load. Tumingin ako sa labas ng bintana at nakita kong nag didilig ng halaman si manong Henry. Kaya binuksan ko ang bintana ko at tinawag ko siya,

"MANONG!"

"Oh, Keith kamusta ka?"

"Medyo nagkalagnat po pero okay lang naman. May kailangan po sana ako"

"Ano yun?"

"Magpapaload po sana ako"

Binigay ko ang number ko kay manong. Agad din naman niyang napaloadan ang cellphone ko. Medyo ako kinabahan pero 'di na ako nag dalawang isip sa pag send ng message kay Faye,

"Hi"

Nag short message na muna ako kasi wala akong maisip na convo. Ayaw ko rin namang malaman niya na nag kasakit ako. Habang umaantay ng reply niya, tumawag siya sa akin,

"Keith? Mabuti naman at nakapag text ka sa akin"

"Pasensya ka na at wala ako sa school ngayon"

"Okay lang, naintindihan ko naman kung ano ang pinagdadaanan mo ngayon. Tapos Keith, baka makakapasok ka bukas, may kailangan kang malaman"

Just Like That

"Ano?!"

"Bukas sa school. Di ko pwedeng sabihin dito sa call"

"Bakit naman?"

"Para may pag usapan tayo bukas. Punishment ko yan sa'yo kasi absent ka! Wala akong kasabay sa bus mamaya!"

Na curious ako sa sinabi ni Faye. Ano kaya yung iniisip niya na bakit ayaw niyang ipaalam sa akin. Wala naman akong naiisip na ideya yung mga sandaling yun. Kailangan ko na lang ipahinga ang katawan ko at alamin bukas para sa aking sarili.

Pagkagising ko kinabukasan, ramdam kong mas naging mabuti ang aking lagay. Umuwi rin si mommy ng maaga kaya nakapaghanda siya ng pangumagahan namin ni daddy. 'Di ako nagkamaling sinabi ni daddy kay mommy ang kondisyon ng katawan ko kahapon. Nag alala si mommy nung una. Kaso nung sinabi kong mabuti na ang lagay ko, nawala ang kanyang pag alala. Kala ko nga ipapahospital niya pa rin ako para siguradong wala na akong nararamdaman. Pero nakumbinse ko naman siya sa huli dahil bumaba ang temperatura ng katawan ko.

Habang kumakain, biglang bumuhos nanaman ang ulan. Hindi ako makakababa ng medyo malayo layo sa school. Kailangan akong mahatid ni manong Henry ng mas malapit sa gate. Kung pipilitin kong maglakad, baka mababasa ang sapatos ko. Pero naalala kong hindi nga pala branded ang sapatos. Itinabi ko lahat ng branded ko na kagamitan. Kailangan ko lang balutin ng plastik ang paa ko. Para makapaglakad ako sa baha.

Habang bumabyahe, pansin ni manong na naglalagay ako ng plastik sa aking paa,

"Keith, anong ginagawa mo?"

"Binabalot ko po ang paa ko manong"

"Bakit naman?"

"Diba 'di ako pwedeng makita sa school na mayaman. Gawin natin yung ginagawa natin, ibaba mo parin po ako ng ilang hakbang mula sa school para makita nila akong naglalakad"

Handa na ako nung mga sandaling iyon. Nung palapit na kami sa school, napansin kong wala namang baha. Humina rin ang buhos ng ulan. Ang sikip sikip pa talaga ng pagkatali ko ng plastik sa aking mga paa. Kaya medyo natagalan ako sa pag alis. Habang inaalis ang plastik sa paa ko, nakita ko sa orasan ng kotse na malapit na mag alas otso. Nag sisimula kasi ang klase namin sa ganong oras. Naisip kong baka sira lang ang orasan ng kotse. Kaya nanigurado ako kay manong,

"Manong Henry, tama ba yang orasan mo? ang advance naman po masyado" habang hirap sa pag alis ng plastik,

"Ay 'di naman yan advance, tama yan"

"Anong ibig mong sabihin manong?" napahinto ako sa aking ginagawa,

"Ibig kong sabihin tama ang orasan"

Kinabahan ako. Kinuha ko ang aking cellphone at tumingin sa orasan. Malapit na nga talaga mag alas otso. Pero kailangan ko pang lakarin ang school. 'Di talaga pwede na makita akong bumaba sa isang mamahaling kotse. Mawawala lahat ng sinimulan ko. 'Di ako papayag. Hinayaan kong may nakataling plastik sa paa ko at lumabas na ako ng kotse. Tumakbo ako patungo sa back gate. 'Di ko maiwasang tumingin sa orasan habang tumatakbo. Paliit ng paliit ang minutong natitira. Nakita kong humahanda narin ang guard na isira ang gate. Sumisigaw ako ng "saglit!" kaso napansin kong naka earphones siya. Ako na lang ang natitira sa labas.

Tatanggapin ko na sana ang kapalaran ko kaso may natira pa akong ideya. Hawak hawak ko ang sapatos ko, inihagis ko patungo sa guwardiya ang isa. Agad niya namang napansin at pinulot. Pag lapit ko, kinuha ko kaagad. Lumakad ako patungo sa classroom namin. First time kong ma late. Pag pasok ko sa classroom, lahat ng kaklase ko nakatingin sa aking paa. Dun ko na lang namalayang 'di ko parin na aalis ang plastik. Nagsibulungan sila sa isa't isa at may nag sitawanan pa,

"OMG, mahirap lang pala talaga si Keith? Nakakaawa siyang titigan"

Malungkot na sana ako sa desk ko kaso may napansin akong nag pangiti sa akin. Parte lang parin ng plano ko 'to. Ngayong nakita nila na ganon ang sitwasyon ko, 'di malabong maiisip nila na mahirap lang kami. Isang blessing in disguise ang pagpapahiya sa akin nung araw na yun. Inantay namin makarating ang guro namin sa classroom. Napansin ko rin na 'di pa kami kumpleto lahat. Nakita kong wala pang ni isang miyembro ng mga nag bully sa akin ang dumating. Pagpasok ng aming teacher, may announcement na naganap,

"Okay class, I know some of you are confuse kung bakit wala yung grupo nila Spencer dito. Unfortunately, they won't be joining us anytime soon. Pero regardless of what happened to them, tuloy parin ang klase ngayong araw"

Unfortunately. Napaisip ako ng malalim kung ano ang nangyare kila Spencer. Nawalan ako ng pokus sa klase. Iniisip ko kung okay lang ba ang kalagayan niya. Huling beses ko siyang nakita, nung araw pa na pinagtulungan ako. Pagkatapos ng klase, dumeretso ako sa cafeteria. Wala nga talaga ang grupo nila. Unang beses ko rin makabili ng walang kumalabit sa balikat ko. 'Di tulad ng mga dati na kung saan palagi akong tinatarget ng grupo nila. Pumunta ako sa usual spot ko at nakita kong nakaabang na si Faye sa akin. Dahan dahan ako lumapit sa kanya at pansin kong may ginuguhit siya sa papel. Kinalabit ko siya sa balikat at nagtaka ako kung bakit siya nabigla,

"KEITH! Nandiyan ka na pala hehe. Wala 'to—project namin sa arts hehe"

"Ganon ba? Maganda nga tignan"

"Totoo ba?"

"Oo naman, ewan ko nga kung bakit mo itinabi"

"Well, 'di ko kasi hilig na pinapakita ang gawa ko minsan"

"Ganon ba, feel ko maraming magagandahan niyan eh"

'Di na sumagot si Faye sa sinabi ko at inilabas ko na ang aking meryenda. Napatanong rin siya patungkol sa nangyare sa akin kahapon,

"HOY!"

"Yes?"

"Wag mo kong ma yes-yes diyan, bakit wala ka kahapon?!"

"'Di ba obvious sa boses ko sa call na mahina ako?"

"Alam kong nanghihina ka pero 'di ka naging specific no"

"Well, nagkasakit ako"

"And?"

"And yun lang"

"Hmmp ewan ko sa'yo"

'Di ko alam kung ano ang gustong marinig ni Faye mula sa akin. Pero base sa reaksyon niya, para siyang naiinis. 'Di ko naman alam na magkakasakit ako nung araw na yun. Nakalimutan ko ring ilagay ang numero niya sa cellphone ko ng mas maaga. Tapos dun ko na naalala ang sinabi niya,

"Ay tama, may nakalimutan kang sabihin Faye"

"Hmmp! Bahala ka diyan"

"Huy, ano ba kasi ang meron?"

"Mag sorry ka muna!"

"Wala naman akong kasalanan sa'yo ah"

"MERON! 'Di mo sinabi ng mas maaga sa akin na may sakit ka!"

Sinasabi ko na nga ba. Wala akong pagpipilian kundi sundin ang gusto niya para malaman ko kung ano yung sinabi niyang, "kailangan ko malaman"

"Sige na nga, *ehem* Faye, sorry po kung 'di ko nasabi sa'yo ng mas maaga na nag kasakit ako"

"And?"

"Promise na next time na magkakasakit ako, sasabihin ko sa'yo agad"

"Andddd?"

"'Di na po mauulit"

"Ayun naman pala eh"

"Drama ka masyado"

"HAHAHAHAHAHA ako pa!"

"So, ano na yung gusto mong sabihin?"

Sinabi ni Faye sa akin na expelled na ang grupo nila Spencer. Natulala ako nung sinabi niya yun. 'Di ako makapaniwala na pati si Spencer nadamay. Wala man lang ako nakapag bigay ng side ko. Nadamay lang siya sa kagagawan ng kasamahan niya. Kinain ako ng konsensiya ko nung mga sandaling yun. It turns out na may nag bigay ng intel sa head of school patungkol sa nangyare. Deny ng deny ang grupo ni Spencer. Tapos ipinakita niya ang ebedensiya sa huli na totoo ngang nagpapahirap sila sa mga estudyante. Nag silabasan rin ang ibang complaints ng ibang estudyante laban sa grupo nila pagkatapos naikalat sa school na papaalasin na sila. 'Di nag dalawang isip ang head na immediate ang pag pa expel sa kanilang grupo. May nagsidatingan na parents' ng mga bullies. Kaso isa lang ang sinabi sa kanila ng head,

"Ang tagline po ng school ay "UNITING" students, hindi po "TOLERATING" students. Pasensya na po mga ma'am at sir. Matagal na po nila itong ginagawa"

What Happens Now?

"Sorry Keith" malungkot na sinabi ni Faye, "Wala man lang nila kinonsedera si Spencer—"

"Alam kong masakit sa part mo na nadamay si Spencer. Pero look on the bright side Keith. 'Di ka na nag iisa"

Tama si Faye. Nangyari na ang nangyari. 'Di ko na maibabalik ang nakaraan. Umaasa ako na huling beses na 'to mangyayare. Nawalan ako ng gana sa kinakain ko. Wala rin akong maisip na pwedeng pag usapan namin ni Faye. Masyado akong nabigla. Hanggang saan ba aabot 'tong kamalasan ko? Paano pa ako mag kakaroon ng maraming kaibigan? Kung bawat taong lumalapit sa akin ay minamalas. Sa mga sandaling yun, napapaisip ako sa tuwing tinititigan ko si Faye. Ano ang magiging kalagayan niya pag tumagal pa siya sa akin?

Naging tahimik ako nung araw na yun. Sabay parin naman kami ni Faye sumakay ng bus pauwi. 'Di na niya muna ako kinulit sa byahe. Nakokonsensiya rin ako kahit papano pagkatapos niya bumaba ng bus. Wala ako sa sarili talaga. Napansin rin ni manong Henry na tahimik ako sa loob ng kotse. 'Di tulad ng mga nakaraang araw kung saan sinasabi ko sa kanya ang mga naging kaganapan sa school at sa amin ni Faye. Kaya napatanong siya,

"Keith, kumusta sa school?"

"Okay lang naman po manong"

"Kayo pala nung babae mong kasabay?"

"Okay lang din po"

Ramdam ni manong Henry na may pinagdadaanan ako. Nag dadalawang isip siyang magtanong. Kaya pag kauwi ko sa bahay, dumeretso ako sa kwarto ko. Habang nakahiga, tumunog ang cellphone ko. May isang mensahe ako galing kay Faye,

"Cheer up Keith"

Kung ganon lang sana kadali gawin, ginawa ko na. Mahirap mawalan ng kaibigan ang isang loner na tulad ko. Ang bigat talaga sa dibdib. 'Di man lang ako nakapag paalam. 'Di man lang ako nakapagpasalamat. Kung saan man si Spencer ngayon, sana na sa mabuting lagay siya. Wala nga palang klase kinabukasan. Wala rin naman akong masyadong ginagawa pag walang klase. Nakakatamad narin lumarong mag isa sa kwarto. Mas nalulungkot ako sa tuwing iniisip ko na wala akong kalaro. Kaya napag isipan kong maglakad sa ang aming lugar.

Alam kong 'di papayag si mommy at daddy. Kaya napag desisyonan kong tumakas. Ibinilin ko kay manong Henry na mag lalakad ako. Para kahit papano alam niya kung ano ginawa ko. Sana 'di mahalata nila mommy at daddy na tumakas ako. Bago pa man ako umalis ng bahay, sinabi kong mag cra-cram ako sa kwarto buong araw. Para 'di sila papasok ng basta basta. Pumayag naman sila sa gusto ko.

Pagpasok ng tanghaling tapat, sinimulan ko nang tumakas. Dahan dahan akong lumabas ng aking bintana at dumaan sa rutang ako lang ang nakaalam. Pinaalam ko na rin kay manong Henry na aalis na ako at babalik rin agad.

Paglabas ko ng compound, pansin kong maraming na sa labas rin ng pamamahay nila. May nag wa-walking ng aso, may nag jo-jogging at kung ano pa. May nakapansin rin nga sa akin na mga kapitbahay. Kumaway sila sa akin at kumuway rin ako pabalik sa kanila. Suot suot ko rin ang jacket ko para makaiwas akong makakuha ng atensyon sa mga nakakakilala sa akin. Pag dating ko sa guard house, sumilip muna ako sa labas upang makasigurado akong walang may makakakita sa akin. Pag tapak ko sa labas ng block namin, ramdam ko ang kalayaan. Unang beses ko rin 'tong ginawa. Habang nag lalakad, pansin kong ang daming ginagawa ng mga tao. May mga naglalaro na mga bata, may nag papalipad ng saranggola, may nag kakantahan na mga tatay at kung ano pa.

Namangha ako sa aking mga nakikita. Naisip kong bakit 'di ko 'to naranasan dati. Parang tinititigan ko ang mga nawalang sandali sa aking buhay. Palayo ako ng palayo sa aming block. Napansin ko rin ang iba't ibang tinda sa daanan. Sinubukan kong kumain ng banana cue. Napakasimple at napakasarap. Habang lumalamon may kumalabit sa balikat ko,

"IKAW PALA YAN KEITH?! First time kita nakita dito ah" maligayang bati ni Faye sa akin,

"Napag isipan kong makatulong ang paglalakad sa pag relax eh—"

"Naku, sinabi mo pa. 'Te pabili po ng isa" sinabi niya sa tindera,

"Ba't ka pala nandito? eh medyo malayo layo pa yung lugar mo" tanong ko sa kanya habang kumakain ng banana cue,

"Anong bakit ako nandito? Araw araw ako dito no. Ikaw dapat ang tanungin ko niyan eh"

"Tulad ng sabi ko, para makapag relax"

"Gusto mo ng totoong relax?"

Pinaalala sa akin ni Faye ang celebration na gagawin namin pag mataas ang score naming dalawa sa exam. Pumunta kami sa paborito niyang bentahan ng street food. Doon ko unang beses natikman ang isaw. Doon ko rin nalaman na paborito ko na ang isaw. Lahat ng uri ng street food sinibukan ko. 'Di mapigilang matuwa ni Faye sa mga nakikita niya,

"HUY KALMA KA LANG! HAHAHAHAHA para kang mauubusan!"

"'Di sa ganon, matagal na akong 'di nakatikim neto"

"Ha?! Matagal?! Bakit naman?"

"Paano ba naman kasi sila mom—MAMA strikto pag dating sa ganitong pagkain"

Muntikan na akong madulas. Mayayaman lang kasi sa lugar namin ang nag tatawag ng mommy sa mga nanay. Kaya sa oras na marinig niya ako na ganon ang tawag ko kila mommy at daddy, malalaman niyang may tinatago nga talaga ako,

"Ganon ba? at least iniingatan nila ang health mo"

"Ikaw pala? Madalas ka bang kumakain neto?"

"Oo—at hindi"

"Ha?"

"Well, kung nag cra-crave ako neto, hinahanap ko talaga"

"Yun naman pala eh, so paminsan minsan lang?"

"Ang problema madalas akong nag cra-crave. Pero wala namang mawawala sa akin eh"

"Dahan dahan ka lang kasi"

Tapos naming mag enjoy lumamon ng street food, nag take out pa nga kami. Inilibot ako ni Faye sa lugar namin. Napakaraming pwesto palang magaganda na 'di ko pa nadaanan o nakita dati. Masyadong marami akong naaksayang oras. Ngayong nagagawa ko na yung mga bagay na 'to, sisiguraduhin kong magiging sulit ang bawat pasyal. Umabot kami ng ilang oras ni Faye sa paglalakad, hanggang umabot kami sa paborito niyang lugar. Sinabi niyang takpan ko ang mga mata ko. Sa lugar na'to siya humahanap ng totoong pahinga at gusto niyang malaman ko yun,

"Malapit na ba?"

"Malapit na nga! Kalma ka lang!"

"Aray! ano yun?!"

"Bato HAHAHAHAHA dahan dahan lang kasi!"

"Bakit mo pa kasi tinakpan ang mga mata ko? Necessary ba 'to?

"Ayan na! ready ka na ba?"

"Kanina pa po"

"Aalisin ko na ha! 3,2,1—" sabay inalis ang takip sa aking mga mata,

Ang ganda. Walang ibang salita para ilarawan ang lugar na ipinakita niya sa akin. Ang tawag sa lugar na yun ay "Limasawa River," tama si Faye sa sinabi niyang lugar yun kung saan pwede kang magpahinga. Mula sa stress at sa pinakamalalim mong problema. Wala kaming ibang madinig sa lugar na yun. Maliban sa boses lang ng mga ibon at ang tama ng hangin sa puno. Umupo kaming dalawa sa bangkong nakaharap sa ilog. Tuwa, tuwa lang ang nararamdaman ko ng mga sandaling yun. 'Di ko maiwasang magpasalamat kay Faye dahil sa ipinakita niya sa akin,

"Faye?"

"Yes?"

"Salamat ha"

"Salamat sa ano?"

"Lahat. Dahil sa'yo naranasan ko yung ganitong pakiramdam. Aaminin kong unang beses kong makakita ng ganitong kaganda na lugar. Naging pusible yun dahil sa'yo"

Napatitig si Faye sa akin. Napatitig ako sa kanya. Dahan dahan niyang hinawakan ang aking mga kamay. Lumapit siya sa akin sabay pabulong niyang sinabi na,

"Keith—"

"Po?"

"May sasabihin sana ako sa'yo"

"Ano yun?"

"Ano kasi—"

Sa kalagitnaan ng pagsasalita ni Faye, biglang tumunog ang cellphone ko. Nag text na si daddy na asan ako. Nalaman na nilang wala ako sa kwarto buong araw. Kaya nag madali akong umalis at tuluyan na ako namaalam kay Faye,

"Naku, sorry Faye!"

"Bakit?! Anong nangyare?"

"Tumakas lang kasi ako sa bahay para mamasyal, nalaman na nila papa na wala ako"

"Ganon ba? sige, ingat ka sa pag uwi ha"

"Sige sige, te-text na lang kita pag nakauwi na ako"

Binilisan kong tumakbo patungo sa highway. Hirap ako sa pag para ng masasakyan. Pero biglang may huminto na kotse sa harap ko. Pag bukas ng bintana, kita ko si manong Henry. Kaya agad agad akong pumasok.

Let's Do That Again

"KEITH! Bakit ngayon ka lang?! sabi mo "agad" kang uuwi!" galit na sinabi ni manong Henry,

"Sorry po manong, masyado po akong nag enjoy"

"Galit na galit si mommy mo. Lalo na ang daddy mo"

"Pero manong, nag sama po kami nung babaeng kasabay ko mag uwi"

"Talaga?"

Masaya si manong Henry sa balitang hatid ko. 'Di niya inakalang may kasama ako sa pag pasyal ngayong araw. Pero ramdam ko ang kaba nung papalapit na kami sa compound. Nakaabang si mommy at daddy sa labas ng bahay. Pagbaba ko ng kotse, galit na lumapit si daddy sa akin,

"Dad, magpapaliwanag po ak—"

Nasampal ako ni daddy sa galit. 'Di siya umimik. Natulala ako sa gulat at napatulo ang aking mga luha. Sinundan ni mommy si daddy papasok ng bahay. Lumapit si manong Henry sa akin at inaliw ako kaso tumakbo ako patungo sa aking kwarto. Malakas ang pag sara ko ng pinto. Naririnig kong nagsisigawan ang magulang ko. 'Di parin ako makapaniwalang nagawa ni daddy yun sa akin. Tumunog ang aking cellphone at nakita kong may mga messages si Faye. 'Di ko pinansin at dumeretso ako sa aking higaan.

Dumaan ang ilang oras at tinawag ako ni mommy sa kwarto ko. Habang pababa ng hagdan, nakita ko si daddy na nagaantay sa lamesa. Pag kaupo ko, nagkaroon kami ng masinsinang usapan,

"Keith, 'di ko gusto ang ginawa mo"

"Dad, sorry po 'di na po mauulit. Promis—"

"'Di na talaga, dahil babalik na tayo ng amerika"

Tumigil ang aking mundo. 'Di ko alam kung ano ang sasagutin ko kay daddy. Isa lang ang pumasok sa isipan ko nung mga sandaling yun, "Paano na ang pagsasama namin ni Faye?"

"Hindi ka ganyan anak. Ewan ko kung bakit mo nagawang tumakas. 'Di mo ba alam na ang raming pwedeng mangyari sa'yo?! Tawag kami ng tawag sa'yo kanina. 'Di ka sumasagot, yun pala tumakas ka na! Buti na lang at nakita ka ng mga kapitbahay natin na umalis. PAANO KUNG WALA?!"

"Anak, para 'to sa ikakabuti mo" sabi ni mommy.

'Di ako papayag na mangyare 'to. Masyado ng malayo ang narating namin ni Faye. 'Di ako willing na itaya yun para lang sa ikakaligaya ng mga magulang ko,

"Hindi dad—"

"ANO?! SUMASAGOT KA NA?!"

"Dad, naalala mo yung nangyare sa akin nung elementary? Gusto mong mangyare sa akin yun ulit?"

"EDI IPA HOME SCHOOL KITA!"

"AYAW KO NGA EH!" sigaw kong malakas.

Tumahimik ang paligid. Nagkatitigan kami ng daddy ko. Ramdam ko ang galit sa mga mata niya at binitawan niya ang mga salitang nagpaluhod sa akin,

"Malapit na matapos ang pagiging grade 11 mo. Pagkatapos nun, simulan mo nang mag impake"

Umalis si daddy sa lamesa at nanigarilyo sa labas ng bahay. Pumasok naman ako sa kwarto kong nanghihina. Habang nakaupo sa higaan, napatingin ako sa bracelet na ibinigay ni Faye. Doon ko naisipang humanap ng paraan para mabago ang isipan ni daddy. Pag nalaman kaya niyang may kaibigan na ako, babago kaya ang desisyon niya? Susubukan kong sabihin sa kanya sa oras na uminahon ang sitwasyon. Sa ngayon, kailangan kong tanggapin ang parusa ko.

Kinabukasan, nag responde ako sa lahat ng text ni Faye. Napilitan akong tawagan siya. Habang na sa kalagitnaan ng call, napansin kong nakabukas ng konti ang pinto ng kwarto ko. Kaya agad ko namang sinirado. Sinabi ko kay Faye na napagalitan ako dahil sa nangyare kahapon. Pero 'di ko naman ipinagkakaila na ang saya ko sa pasyal. Nabalitaan rin ni Faye na bago papasok ang bakasyon, mag kakaroon ng foundation day sa school namin. Kung saan ang daming aktibidad na gagawin. Gusto ko sanang pumasok sa isa sa mga aktibidad na mailalabas sa school. Ang kaso nahihiya parin ako sa aking sarili. 'Di ko parin kayang mag talumpati sa harap ng maraming madla. Pero pagkakataon ko rin 'tong ibuhos lahat ng aking saya. Kung sakaling matutuloy man ang pagbalik namin sa amerika.

Pagkadating ng lunes, 'di ako makapag antay na pumasok na sa school. Agad akong naligo at bumihis. Dali dali akong bumaba ng hagdan. Paalis na sana ako kaso tinawag ako ni mommy at kinausap,

"Anak, Keith saglit"

"Bakit mom? Malalate na po ako"

"May oras pa naman, upo ka na muna saglit may itatanong lang ako"

"Ano po yun?"

Umamin si mommy na narinig niyang may kausap ako kahapon sa cellphone. Gusto niyang malaman kung kaibigan ko nga ba yun. Agad ko namang sinabi na, "opo." Itinanong niya rin kung babae ba o lalake ang kausap ko. Dun ako nag dalawang isip sa pag sagot. Naging strikto rin sila mommy at daddy pag dating sa mga babae. Yaman lang ang habol sa akin ng mga babae ang pumapasok sa utak nila. "Gold digger" raw kumbaga. Pwera na lang kung mayaman rin yung babae katulad namin. Buong pusong tatanggapin nila mommy at daddy yun. Kaya sinabi kong lalake ang kausap ko sa cellphone. Nabanggit ko rin ang pangalan ni Spencer para mas lalo siyang maniwala na totoo ngang may kaibigan na ako. Dahil dito, naging interesado siya kay Spencer at gusto niyang makilala ito.

Ang kaso 'di yun mangyayare. Pag nalaman nilang babae nga talaga ang kausap ko, mas lalong babalik kami sa amerika. Kaya sinabi ko na lang na makikilala nila si Spencer sa malalapit na panahon.

Sabi rin ni mommy na kung ang naging dahilan ng pag pasyal ko kahapon ay dahil kay Spencer, 'di malabong papalagpasin ni daddy ang nangyare. Pag pumanggap akong palagi kong kasama si "Spencer" isa lang ang ibig sabihin niyon. Maiisip ni daddy na sa mabuting kamay ako at hindi niya itutuloy ang pag balik namin sa amerika dahil may kaibigan na ako. Kung maniniwala siya.

Pagdating ko sa campus. Kita kong umabang si Faye sa akin sa usual spot ko. Nakita kong gumuguhit nanaman siya. Kaya dahan dahan akong lumapit para makita ng klaro ang ginagawa niya. Inantay kong matapos ang kanyang ginawa at nung matapos na, dun ko na siya kinalabit sa balikat,

"Hi po"

"KEITH! Kanina ka pa diyan?"

"Ha? Hindi no, bago lang ako"

"Kanina ka pa diyan no? ano ba naman yan Keith! Sabi kong ayaw ko na pinapakita ang gawa ko, diba?"

"ANG GANDA naman ng gawa mo eh! Bakit ayaw mo kasing ipakita?"

"Basta!"

Pinagusapan namin ang mga kaganapan kahapon. 'Di namin mapigilang matuwa dalawa. Umabot kami sa usapang foundation day. Nabanggit niyang may "essay" making contest. Kinukumbinse niya akong sumali. Pero pinag isipan ko muna ng malalim dahil nga sa nahihiya ako. Hiningi ko ang listahan ng mga aktibidad sa araw na yun. Nakita ko sa babang banda ng papel, may "art making" category. Kaya gumawa ako ng kasunduan. Sasali ako ng essay making contest at siya naman sa art making contest. Nang sa ganon, pareho kaming sasabak. Nakuha ko rin ang "oo" niya sa huli kasi sinabi kong 'di ako sasali pag 'di siya sasali.

Isang matagal na paghahanda ang gagawin ko. Inalam ko ang detalye patungkol sa nasabing kompetisyon. Ang temang nakasaad sa essay making ay "Para Kanino" Medyo nalito ako sa temang ibinigay. Madalas kasi na ginagawang tema sa kompetisyong ito lalo't foundation day ang pinag uusapan ay patungkol mismo sa school. Kaya medyo nahirapan ako sa pagbuo ng aking salaysay.

Nung bumalik na kami sa kanya kanya naming classroom. Napansin kong matagal ang pag dating ng aming guro. Lumipas ang tatlumpong minuto, may dumating na school officer sa room at may inanunsyo,

"Okay, HUMSS A 'to, tama?"

"Opo kuya"

"Bali half day lang tayo ngayon kasi nag karoon ng urgent meeting ang school heads at teachers. Pwede na kayong umuwi"

Nadagdagan ang oras ko sa pag iisip ng ideya sa susulatin kong salaysay. Paglabas ko ng classroom, umaabang na sa akin si Faye. Bago kami pumunta sa bus terminal, may hiningi siyang pabor,

"Keith, pwede mo ba ako samahan sa bahay saglit? Wala kasi ang mga magulang ko. Walang tutulong sa akin sa pagtapos ng aking project. Kailangan kasi ng kahit dalawang tao sa pagbuo niyun eh"

'Di naman ako nag dalawang isip sa pagsabi ng "oo." Pag katapos ng lahat ng ginawa ni Faye para sa akin, 'di ako pwedeng mag sabi ng "hindi" sa mga simpleng gusto niya.

Not Like This

Kaso kailangan ni manong Henry malaman na pupunta ako sa bahay nila. Kaya bago pa man kami umalis ni Faye sa labas ng campus, sinabi kong antayin niya ako sa usual spot ko. Tumakbo ako patungo kay manong Henry, nakita kong nakikipag usap siya sa grupo ng mga tricycle drivers. Nahihiya akong lumapit at dumestorbo sa usapan nila manong. Kaya nag text ako sa kanya habang nagtatago sa tabi ng kotse namin. Agad niya namang nakita ang mensahe ko at paglingon niya, nakita niya akong kumukuway sa kotse. Tumakbo siya patungo sa akin at kinausap,

"Oh Keith, bakit ka na sa labas ng campus?"

"Ano po kasi manong, half day lang po kami"

"Ganon ba? 'Di ba kayo sasabay nung babae?"

"Sasabay po pero—"

"Pero ano?"

"Samahan ko po raw siya sa bahay nila para tapusin yung project niya"

"HA?! Magagalit nanaman ang parents' mo niyan sa'yo"

"Ay hindi naman po ako magpapahapon, kailangan niyo lang po umabang ng malayo layo mula sa kanilang bahay. Para paglabas ko po ng highway, hahanapin ko na lang po ang kotse"

Pumayag naman si manong Henry sa gusto ko. Kaya agad agad akong bumalik sa campus para balikan si Faye. Pag dating namin sa bus terminal, pansin naming wala pa masyadong pasahero. Kaya naisip naming 'di pa lalarga ang bus ng maaga. 'Di rin kami pwedeng tumagal sa terminal dahil nasasayang ang oras. Kaya naisipan ni Faye na pumara ng tricycle. Nag dadalawang isip pa ko nung una kung sasakay ba ako o hindi. Sinasabi kasi ni mommy at daddy na delikado masyado. Kung sakaling madiskrasya man ang sinasakyan kong tricycle, walang airbag na sasalba sa akin. Kaso kita ko sa mga mata ni Faye na gusto niyang mag enjoy. Ayaw ko rin naman sirain yung moment, kaya pumayag na lang rin ako.

Habang na sa loob ng tricycle, biglang bumuhos nanaman ang ulan at parang 'di ako mapakali sa mga pusibleng mangyayari. Kaya pinikit ko na lang ang mga mata ko at umisip ng masasayang bagay. Pero biglang hinawakan ni Faye ang balikat ko at sinabing,

"Okay ka lang Keith?"

"O-oo naman"

"Parang namumutla ka"

"Ah wala 'to, naparami ako ng suka kanina sa street food eh"

"Keith, wala tayo nag street food"

Sa huli sinabi ko rin kay Faye na unang beses kong sumakay ng tricycle. Kaya dun niya nalamang kinakabahan ako. Para mapakalma ang mga nararamdaman ko, linagay niya ang kanyang mga kamay palibot sa aking braso. Bumilis nanaman ang tibok ng puso ko nung mga sandaling yun. 'Di ko siya kayang matitigan dahil sa hiya. Tapos bigla niyang sinabi na,

"AYIEEEEE KINIKILIG NANAMAN SI KEITH! HAHAHAHAHAHA"

"'Di no, ikaw nga siguro ang kinikilig eh, kasi ikaw yung lumagay ng kamay sa braso ko"

"Ipapasa mo pa talaga sa akin ha! HAHAHAHAHA"

Lumipas ang ilang minuto narating narin namin ang lugar ni Faye. Napansin kong marami raming tao ang na sa lugar nila nung mga oras na yun. Bawat taong madaanan namin, kinakamusta niya at kinakamusta siya. Naisip ko na sana ganon rin ang mga tao sa akin. Malapit. Habang naglalakad patungo sa bahay niya, pansin kong nag mumukhang barong-barong ang ibang mga bahay sa lugar nila. Kaya medyo nagtataka ako, kasi mukhang alagang alaga naman ni Faye ang sarili niya. 'Di ko inisip na mahirap lang sila. Bumago lahat ang inisip ko pagkatapos naming makarating sa kanila,

"Nandito na tayo Keith, tara pumasok ka. Alisin mo ang sapatos mo, ilalagay ko dito"

Kurot sa puso ang naramdaman ko nung mga sandaling yun. Balak ko pa namang ipakilala si Faye kila mommy at daddy at sabihing siya talaga ang nakakasama ko sa campus at 'di si Spencer. Pero pag nalaman nilang ganito ang pamumuhay ni Faye, mas lalo na talaga kaming babalik ng amerika,

"Pasensiya ka na Keith kung medyo makalat, 'di naman ako masyado nagpapa bisita dito sa amin eh. Tara tulungan mo akong kunin yung project sa kwarto ko"

'Di ko lubos na matanggap na ganon ang sitwasyon nila Faye. Linagay niya sa panganib ang pagkakaibigan namin. 'Di ko man lang inalam nung una na mahirap lang pala sila. Gusto ko sanang tumakas kaso naalala kong 'di alam ni Faye na mayaman kami. Gusto ko rin namang ipalabas na mahirap lang din ang pamilya namin. Kaya tumambay ako sa bahay nila at tapusin ang project ni Faye,

"Para sa ano nga pala 'tong project mo na 'to?"

"Ah, para sa science na sub. Tinatapos ko kasi ng maaga lahat ng projects ko para wala na akong iisipin pa"

"Sipag mo naman pala"

"'Di pwedeng 'di masipag Keith, ako lang ang inaasahan nila nanay at tatay. Kaya sa oras na gra-graduate ako ng college. Hahanap ako ng trabaho kung saan instant mayaman agad ako. Excuse muna saglit, tumutulo nanaman. Lagyan ko na muna ng timba"

Tahimik lang ako sa pwesto ko habang nakaupo sa sahig,

"Ikaw pala Keith? Wala ka bang pangarap?" tanong niya,

"Meron naman at 'di tayo magkalayo ng gusto. Gusto ko ring yumaman at maahon ang pamilya ko sa kahirapan"

"AYUNNNN! Kaya tulungan talaga tayo dalawa. Walang iwanan, ganon!"

Walang iwanan. Ayaw ko siyang paasahin. Kaya habang may oras pa, ibuhos ko na lang lahat ng kaya ko para kay Faye. May tali na ang pagkakaibigan namin. Nasasaktan ako nung inisip kong estado ng buhay ang magiging dahilan kung ba't masisira ang pagkakaibigan namin. Sa kalagitnaan ng pag gawa ng project niya, 'di ko namalayan tumulo na pala ang luha ko. Kaya nabigla si Faye at napatanong,

"HUYYY! Ba't ka umiiyak?!"

"Ha? Anong iyak ka diyan? Wala napuwing lang ako"

"Saglit kukuha ako ng tubig"

Alam ko sa sarili ko na 'di kailangang malaman ng magulang ko 'to. Mananatili kaming mag kaibigan ni Faye pag ako lang ang nakakaalam ng pamumuhay niya. Paghandaan ko na lang rin ang pag drama ko sa harap nila mommy at daddy. Kumbinsihin ko na lang sila na busy masyado si "Spencer" at 'di makakapunta sa bahay sa malalapit na panahon.

Dahan dahang naming tinapos ang project ni Faye hanggang sa nabuo ito. Kita ko rin yung ligaya sa mga mata at ngiti ni Faye nung makita niya ang final na itsura ng ginawa namin,

"ANG GANDA MASYADO! 'Di naging pusible 'to Keith kung wala ka"

"Ginawa ko lang naman ang makakaya ko hehe"

"Ay may naisip ako Keith"

"Ano?"

"Since tinulungan mo ako, dapat sabay tayo mag praktis para sa darating na foundation day"

"Pwede naman, saan tayo mag prak?"

"Edi sa bahay mo!"

Nawala ang tuwa sa mukha ko nung sinabi niya yun. 'Di pwedeng malaman ni mommy at daddy ang lifestyle niya kung hindi ko gustong matapos ang pagkakaibigan namin,

"Keith huy! Ano? Okay tayo sa bahay mo?"

Gusto kong mag sabi ng oo at gusto ko ring mag sabi ng hindi. Kaso mas gusto ko pang malapit kay Faye. Gagawan ko 'to ng paraan. Pero sa paano nga ba?

Matapos ang ilang usapan namin ni Faye, kinailangan ko ng umuwi. Kinumbinse ko siyang wag na akong ihatid sa highway dahil walang mag babantay ng bahay nila. Pero ang totoong dahilan ko ay ayaw ko siyang makita na sasakay ako sa kotse. Tuluyan na ako namaalam at umalis. Pag kadating ko sa highway, nakita kong umaabang si manong Henry sa akin sa ilalim ng puno, kaya agad akong tumakbo patungo sa kanya,

"Tara na Keith?"

"Opo manong"

Habang na sa loob ng kotse, iniisip ko kung paano ko mapapapunta si Faye sa bahay namin ng 'di niya alam na bahay namin yun. Sa oras na malaman niyang mayaman kami, malamang magagalit yun kasi ayaw niya sa sinungaling. 'Di ako naging tapat sa kanya simula pa ng nagkakilala kami. Nung palapit na kami ni manong Henry sa block namin, nakatingin ako sa labas ng bintana. May nakita akong nagbigay sa akin ng ideya kung paano ko mawe-welcome si Faye sa "bahay" ko. Mukhang may silbi rin pala ang perang rineregalo sa akin dahil magagamit ko na rin sa wakas.

Uncharted Territory

Isang malaking katanungan kung gagana ba talaga ang plano ko. Bago kasi kami nakapasok sa loob ng block namin, nakita kong may nagpaparenta ng bahay sa first block. Tulad nga ng sabi ko, skwater area ang block na yun. Kung gusto kong mapaniwala si Faye na mahirap lang ako, kailangan kong kunin yung pinaparentahang bahay dun. Pagdating namin ni manong Henry sa compound, pansin kong na sa bahay na rin si daddy. Nakita ko kasing nakaparada ang kotse niya sa harap ng garahe. Pag pasok ko sa loob, kita kong nag uusap sila ni mommy, kaya naisipan kong dumeretso na lang sa kwarto. Kaso tinawag ako ni mommy bago pa man ako nakaakyat,

"Anak, kumusta sa school?"

"Okay na okay po mom"

"Wala ka bang sasabihin kay daddy mo?"

Humingi ako ng tawag kay daddy dahil sa nangyaring 'di pagkakaintindihan nung nakaraang araw. Sinabi ko rin na ang naging dahilan ng pagtakas ko nung araw na yun ay dahil sa kaibigan. Nawala yung galit ni daddy sa mukha niya yung sinabi ko na ganon ang rason ko. Isinisi niya rin ang sarili niya kung bakit ako nahihirapan magkaroon ng kaibigan. Masyado raw siyang madiin sa akin pag dating sa pakikipag halubilo, kaya nauwi sa ganon ang pakikitungo ko sa ibang tao. Gusto niya raw makabawi sa akin. Gusto niyang makilala si Spencer at papuntahin ko raw sa bahay. Yun na nga ang problema, 'di totoong si Spencer ang kinakasama ko. Pag nalaman nilang isang babae pala ang kaibigan ko, mag mumukhang interrogation nanaman ang pag usap sa akin. Mga tanong na tulad ng, "Sino siya?", "Saan siya nakatira?", "Anong trabaho ng parents niya" ang sigurado akong itatanong sa akin. Kaya sinabi kong 'di makakadalo si "Spencer" dahil madalas siyang busy sa buhay. Sinabi ko ring nag si-side hustle si Spencer, dahil wala siyang ginagawa kung may libre na oras. Imbis na tigilan nila akong pilitin na papuntahin si "Spencer" sa bahay, mas lalo silang na intriga na makilala si Spencer, dahil nagkaroon raw ako ng kaibigan na "masipag."

Sa huli, naubusan na ako ng dahilan kila mommy at daddy. Kaya sumang-ayon na lang sa lahat ng sinabi nila at dahil dun, naisipan ni daddy na 'di ituloy ang pagbalik namin sa amerika. Dumeretso akong nakangiti sa kwarto at napansin kong malinis na. Naalala kong iniwan ko ang kwartong nakakalat kaninang umaga. Kinabahan ako at baka nakita ng sino mang luminis ng kwarto ko ang diary na araw-araw kong sinusulatan. Pag silip ko sa kabinet na aking pinaglagyan, napansin kong 'di naman nagalaw. Kaya napagpasiya kong dalhin araw-araw ang diary na'to. Pag nalaman nila mommy na mahirap lang si Faye dahil sa diary na'to, sigurado akong makakapag empake talaga ako.

Habang nakahiga, naisip ko kung paano gagawin ang plano kong mag renta ng bahay. 'Di ko pa naranasan gumasto ng pera sa ganong klaseng bagay. Isa lang ang pwede kong matanungan patungkol dito, si manong Henry. Pinuntahan ko si manong Henry at nakita ko siyang nakikinig ng radyo habang may inaayos na lamesa,

"Manong"

"Keith, anong atin?"

"Ano kasi manong, may pinagusapan kami nung babae na kasama ko eh"

"Anong sabi niya?"

"Balak niyang pumunta dito sa bahay, kaso 'di ko naman pwedeng papuntahin, diba?"

"Anong plano mo?"

Ipinaliwanag ko kay manong Henry ang balak kong mag renta ng bahay sa first block. Nag dalawang isip siya sa plano ko lalo't mag kalapit lang ang block namin sa block na yun. Ayaw niyang maulit muli ang pag sumbong ng mga kapitbahay sa magulang ko. Pag nakita nila akong lumabas at dumeretso sa block na yun, isang malaking skandalo nanaman ang gagawin nila sa harap ni daddy. Ayaw ko rin namang madamay ang mga taong nakatira dun, kaya pinag isipan namin ni manong Henry ng mabuti ang plano ko. Napagdesisyonan niyang alamin ang patungkol sa sinabing pinaparentang bahay. Mula sa presyo at sa kundisyon nito. Umalis si manong at dumeretso sa first block.

Inantay ko siya ng ilang minuto hanggang umabot ng isang oras. Pagbalik ni manong Henry, kita ko sa mukha niyang napagod siya. Kaya agad naman ako kumuha ng tubig,

"Naku manong, eto tubig po"

"Keith, iho, sigurado ka ba sa plano mo?"

"Bakit po? Anong nangyari?"

"Nakita ko yung bahay, may kalumaan na at medyo maingay sa lugar. Iniisip ko lang kung kakayanin mo ba?"

"Wala naman akong ibang pag pipilian manong diba?"

"Pwede ka namang mag sabi ng next time dun sa babae na kasama mo eh"

"Naku manong, never pong nagsabi ng next time yun sa akin. Naisip ko pong unfair sa part niya kung 'di po ako mag "oo" sa mababaw niyang request"

"Ang tanong, gusto mo ba talaga?"

Gusto ko nga ba talaga? Ang daming ibang paraan para magawa namin ng Faye ang gusto niya. 'Di ko rin nga alam kung sumusobra ba ako o nagkukulang. Pero ang layo narin ang narating ng pagpapanggap ko, wala ng silbi kung huminto pa ako ngayon,

"Opo manong"

"Kung ganon, tatlong libo ang renta nila sa isang buwan. Ilang buwan ba kayo mag pabalik balik sa bahay na yun?"

"Isang araw lang naman po ata"

"Ang bilis lang naman pala ng gagawin niyo, baka makukuha natin ng mas mura"

Nag padala ako ng limang libo kay manong Henry at sinabi ko na siya ang in-charge sa pag asikaso sa renta. Bumalik ako sa kwarto ko at nag antay sa balita ni manong.

Dumaan ang sumunod na mga araw at papalapit ng papalapit ang foundation day ng school. Pinipilit kong mag simula na sa aking salaysay para sa kumpetisyon. Pero hirap ako sa pag iisip ng ideya sa temang ibinigay. Gusto ko sanang humingi ng payo kay mommy at daddy. Kaso gusto ko sanang i supresa silang dalawa na sumali ako sa isang school activity. 'Di kasi ako active sa ganong mga bagay dahil sa hiya at kung ano ang magiging tingin ng tao sa akin. Pero babago ang lahat ng yun dahil may kasabay na ako. Dumating ang araw na kung saan sabay kami ni Faye pumunta sa bahay na ni rentahan ko sa first block. Bago pa man kami umalis ng campus, nag paalam na muna akong pumunta sa C.R at mag bihis. Medyo nagtaka siya nung ginawa ko yun,

"Ah bakit ka naman bibihis dito? Nakalimutan mo atang sa bahay mo tayo pupunta ngayon"

"Gusto ko sana na pagdating natin dun, makapag simula tayo agad sa pag ensayo"

"Ganon ba? sabagay, kailangan rin nating bilisan. Malapit na talaga ang foundation day eh"

Pero ang totoong dahilan ko kung bakit ako nag palit ng damit ay dahil ayaw kong makita ako ng mga tao na pumasok sa block na yun. Lalo na ang mga kapitbahay namin. Habang na sa byahe, 'di ko maiwasang matulala at kabahan dahil sa plano ko. Napansin rin 'to ni Faye kaya inaliw niya ako sa loob ng bus,

"Huy, Keith tulala ka nanaman"

"Pasensya na, first time ko lang talaga sumali sa ganito"

"Wag kang kabahan, kasama mo naman ako eh"

Pagkadating namin sa lugar, huminto ang bus sa harap ng third block kung saan kami nakatira. Kaya nagulat ako, pag nakita ako ng guwardiya ng block namin, malamang magtataka si Faye kung ba't ako kilala nun. Kaya agad kong tinakpan ang mukha ko ng panyo. Pagkababa namin sa bus, sinabi ni Faye na,

"Sinasabi ko na nga bang mayaman ka eh!"

Nagulat ako sa sinabi niya. Paano niya nalaman? Walang may nakakaalam ng lahat nang ito maliban kay manong Henry. Malabong si manong Henry rin ang nagsabi kay Faye kasi pati nga pangalan ni Faye 'di niya alam. Naisipan kong mag pangap parin. Kailangan lang namin pumasok sa rinentahan naming bahay ni manong Henry. Sana maniwala siya,

"Ha? Anong ibig mong sabihin?"

"Keith, like I said. Mayaman ka. Bakit mo tinag—"

"Na sa first block ang bahay ko, anong pinagsasabi mo?"

"HUH?! Bakit tayo nandito sa harap ng third block?"

"Kasi dito huminto ang bus?"

"Ah tama tama, sorry akala ko kasi—Sorry sorry"

Too Close

Labis ang pagtaka ko nung nabangit ni Faye yun. Parang alam niya pero umaantay lang siya sa tamang oras kung paano niya sasabihin sa akin. Habang naglalakad papasok sa first block, pilit kong iniisip kung sa paanong paraan niya nalaman na mayaman ako. Hula niya lang ba? o may nag bigay ng balita sa kanya? Naalala ko nung mga unang araw ko sa campus, naririnig ko ang mga bulong ng mga estudyante sa isa't isa. Mayaman raw ako, matapobre raw ako, mataas ang tingin ko sa sarili ko at kung ano pa. 'Di malabong isa si Faye sa mga nakadinig niyun. Itong ensayo namin dalawa sa rinentahang bahay ang lilinis lahat ng iniisip niya patungol sa pagiging mayaman ko. Sana lang maniwala siya. Habang naglalakad, pansin kong may mga nakatitig na mga tao sa aming dalawa. Pansin rin ni Faye na bakit parang 'di ako pamilyar sa lugar, kaya napatanong siya,

"Keith, okay ka lang?"

"Ahhh oo naman, bakit?"

"Parang 'di mo kilala ang mga tao dito ah"

"Kung madalas kang mag isa, 'di malabong marami kang tao na 'di kilala"

Sumang-ayon naman si Faye sa sinabi ko. Nakita din namin ang renentahang bahay. Nailagay narin ni manong ang mga gamit na sinabi ko. Nagtaka si Faye kung bakit ang liit ng mga gamit ko sa loob ng aking bahay. Pinaliwanag kong 'di ako taga roon at pinarenta lang ako ng aking mga magulang upang malapit lang ako sa paaralan. Buong akala ni Faye, kasabay ko ang magulang ko. Kinalulungkot niya na mag isa lang ako sa aking tinutuluyan. Nag kunwaring malungkot ako sa sinabi niya upang mas makumbinse ko siyang mahirap lang nga talaga ang buhay namin.

Nagsimula narin kaming mag ensayo. Inihanda niya ang kanyang materyales sa pagbuo ng obra. Habang ako, blangko parin dahil sa temang ibinigay. Dumaan ang ilang minuto, may nagagawa ng progreso si Faye para sa kanyang entry. Pilit ko paring makabuo ng isang magandang salaysay para mapansin ng mga hukom. Hirap na hirap ako, ang dami kong naisulat kaso panimula lang. 'Di ko rin ramdam na maganda ang aking ginawa. Lumipas ang ilang oras, nakalimang obra na si Faye, habang ako wala parin.

Lumapit siya sa akin at kinamusta ang aking progreso. Kaso wala akong may naipakita. Doon niyang napansin na parang nahihirapan ako dahil pinipilit kong mag isip ng magandang salaysay. Kaya kinausap niya ako ng masinsinan,

"Keith, relax ka lang"

"Paano ako makapag relax Faye, ang daming magagaling sa school natin na sumali sa category ko. Tapos ako, wala pang may naiisip"

"Keith, you're trying way too hard. Minsan pag gumawa ka ng mga ganitong bagay, 'di lahat iniisip. Ang iba dinadamdam"

"Anong ibig mong sabihin"

"Stop thinking hard and try to feel what you want to do. Like my art, wala ni isa dito galing sa isip ko. Feel kong maganda siyang tignan na ganito lang, kaya I go for it"

"So, anong gagawin ko?"

"Well, ano ulit yung tema?"

""Para Kanino" ang tema na binigay"

"So, I suggest gumawa ka about sa kahit sino! Mapamagulang, kaibigan, kamag anak. Like kung saan ka masaya. Yung tipong ibigay mo yung essay mo and feel niya special siya kasi ginawa mo yun para lang sa kanya. Gets mo ba ako? hehe"

"Oo naman"

Nakatitig lang ako kay Faye nung nagpapaliwanag siya. Alam ko na kung "para kanino" ang essay ko. Dumaan ang ilang oras, dahan dahan ko nang nabubuo ang salaysay ko. Nakailang obra naman si Faye. Pinapakita niya sa akin ang gawa niya at piliin ko raw ang aking mga nagustuhan para mas lalo niya raw pagandahin. Inabutan kami ng hapon nung araw na yun. Natapos ko rin ang aking magiging salaysay. Kinalulungkot kong isa lang ang nagawa ko, umaasa akong pasok ang aking gawa sa panlasa ng judges. Habang si Faye naman, ang daming pagpipilian sa kanyang mga gawa.

Dahil nauubusan na kami ng oras sa pag ensayo nung hapon na yun, naisipan na ni Faye na umuwi. Sinabi kong ihahatid ko na siya sa highway. Habang naglalakad, may nakasalubong kami na grupo ng mga kalalakihan. Kaya agad kaming tumabi sa gilid pero sinadya nilang harangin ang aming dinadaanan,

"Excuse po kuya, dadaan po kami"

"O, kalma ka lang. 'Di ka pa namin nakita dito ah— kayo pala" Sabay tumingin sa likuran ko,

"Nag re-renta po ako dun sa bahay na yun. 'Di po kasi ako mahilig lumabas"

"Ganon ba? Hindi mo pa pala kami kilala? Alam mo ako, pag may gusto ako, kinukuha ko—at mukhang gusto ko yung kasama mo HAHAHAHA"

Tumingin siya sa aking likuran kung saan nag tatago si Faye. Palapit ng palapit ang grupo nila sa amin. Umaatras kami habang sinasabi ko na,

"Ayaw namin ng gulo kuya"

Kaso sinagot lang ako ng,

"Walang gulong mangyayare dito kung ibibigay mo yang kasama mo sa amin"

Bumilis ang tibok ng aking puso. 'Di ako marunong makipaglaban. Nung hapon na yun pansin kong kakaunti lang rin ang tao sa lugar. May mga nakatitig kaso wala silang pake sa nangyayare. Pinalibutan kaming dalawa. Sa pagtitig ko, kita ko sa mga mata ni Faye na natatakot siya. Sumisikip ang kapit niya sa aking braso. Kailangan kong lakasan ang aking loob at 'di mag papatinag sa mga lalakeng 'to. Kaso sa kalagitnaan ng kaguluhan, may isang pamilyar na boses akong narinig,

"HOY! ANO YAN?!"

'Di ko nakikilala ang kanyang itsura. Pero lumapit siya sa lider ng grupong bumangga sa amin at kinausap,

"Kuya Michael, ano nanaman 'to? Ba't ka nanaman nangangaway ng mga 'di taga rito?"

"WALA! Wine-welcome ko lang sila"

"Mukhang 'di naman welcoming 'tong ginagawa niyo eh, parang harassment 'to"

"Eto naman oh, pasensya na—"

"Kaya 'di tayo dinadayo dito at ang babaw ng tingin sa atin dahil sa ginagawa niyo eh, umalis na kayo kung ayaw niyong malaman 'to ni tatay. ALIS!"

Nag sialisan ang grupo ng mga lalaki. Lumapit ako sa taong sumalba sa amin para mag pasalamat,

"Kuya, salamat nga pala"

Lumingon siya sa amin at agad kong nakilala kung sino siya,

"Hi Keith"

"SPENCER?!"

'Di ako makapaniwala na magkikita kami ulit. 'Di ko maiwasang matuwa kaya napayakap na lang ako sa kanya. Sabay naming inihatid sa highway si Faye para ligtas siyang makauwi. Medyo traumatic yung nangyare sa amin kanina. Pero tulad nung dati, isang tao lang rin ang sumalba sa amin. Pagkasakay ni Faye sa tricycle, naisipan kong kausapin si Spencer bago ako umuwi,

"Sino nga pala yun Keith?"

"Ah si Faye, schoolmate rin natin. Siya ngayon ang palagi kong kasama"

"Mabuti naman kung ganon"

"Tulad nga diba ng sabi mo, kailangan kong makisama"

"Aba, naalala mo pa pala"

"Oo naman. Ikaw pala, kamusta ka?"

"Eto, wala na sa school. Pero wag kang mag alala, nakahanap ako ng trabaho. Saka na ako babalik sa pag aaral kung okay na ulit lahat"

"Sorry nga pala Spence, dahil sa akin naalis ka sa school"

"Wala yun, naisipan kong sumosobra na yung mga kasamahan ko. Kung meron man tatapos nun, ako talaga siguro"

"Ano nga pala ang nangyare? Pagkatapos kong makatakas"

Pinaliwang sa akin lahat ni Spencer. Pinagtulungan siya ng mga sarili niyang kasamahan nung araw na yun. Lumaban si Spencer, muntikan na rin siyang masaksak kaso nailagan niya at natamaan ang kanyang itsura. Kaya pala meron siyang peklat nung nakita ko siya kanina. Kinabukasan after nang away na yun, gulat silang pinatawag ang kanilang grupo sa opisina ng head.

Kinabahan silang lahat, pati si Spencer. Nagkaroon man sila ng 'di pag kakasunduan nung araw na pinagtulungan siya, pero nanumpa na ni isa sa kanilang grupo, walang susumbong. Kaya isang malaking kaguluhan nanaman ang nangyari. Bago pa man sila nakarating sa opisina, tinambangan nanaman si Spencer,

"TRAIDOR KA! Napag usapan natin na walang susumbong diba?!"

"'DI AKO ANG NAG SUMBONG!"

Pag dating nila sa opisina, sinabi ng head na may nag bigay ng impormasyon patungkol sa nangyare sa akin. Tumangi ang kasamahan ni Spencer. Pero siya ang naging dahilan kung bakit sila napaalis ng tuluyan.

Checkmate

Kaya simula nung araw na yun. Natigil na ang pangugulo ng grupo nila. Ipinakita ni Spencer ang video kung saan pinagtutulungan ako. 'Di nag dalawang isip ang head na paalasin sila nung araw na yun. Nasuntok si Spencer ng lider nila sa sobrang galit. Pinigilan sila ng head at ipinatawag ang kanilang mga magulang. Pero 'di na nila nakumbinse.

Ramdam kong nalungkot si Spencer nung mga sandaling yun habang kinakausap ko siya. Nanginginig ang kanyang boses habang nagpapaliwanag sa akin. Kaya hinakbayan ko siya at inaliw,

"Salamat Spence at pasensya. Kung 'di mo siguro ako nakilala, 'di yun mangyayare sa'yo"

"Hindi, salamat sa'yo at nakilala kita. Dahil sa'yo natigil na sa wakas ang masamang ginagawa ng mga kasamahan ko"

Natuwa kaming dalawa nung mga sandaling yun. Naitanong ko rin kung paano siya napasok sa grupong yun. Sinabi niyang napilitan siya. Bago pa man sila nakatapak sa Senior High, matagal na silang magkakasama. Hilig ng grupo nila mag samantala sa mahihinanag estudyante. Napasok lang naman siya dahil nangangailangan siya ng pera. Aminado siyang malaki ang kanyang pagsisi nung nalaman niya na sa ganoong paraan kumukuha ng pera ang kanyang mga kasamahan. Gusto niyang umalis, kaso siya'y pinagbawalan. Nagkaroon sila ng sumpaan na walang iwanan, hanggang kamatayan. Sa tuwing gumagawa ng masama ang kanyang grupo, 'di niya kayang titigan ang mga taong nabibiktima nila. Nabago raw ang lahat ng yun pagkatapos niya akong makilala. Nakita niya sa akin ang pagkakataong hinahanap niya. Pagkakataong mag bagong buhay na. Natahimik lang ako sa pagpapaliwanag niya. 'Di ko labis na maisip na ganon ang tingin ng ibang tao sa akin. Buong buhay kong iniisip na malas ang dala ko. Pero sa mata ni Spencer, isa akong dahilan para mag bago. Kaya simula nung araw na yun, 'di ko na hinayaan na mababaw ang tingin ko sa sarili ko.

Napatanong rin siya patungkol sa amin ni Faye. Sinabi ko na siya lang ang naging kasama ko sa campus. Pagkatapos na napatalsik si Spencer at ang grupo niya, wala akong masandalan na iba maliban kay Faye. Labis na kinatuwa ni Spencer ang balitang yun. Hanggang sa natanong niya sa akin kung bakit kami na sa first block dalawa. Alam kong wala na akong takas kay Spencer nung mga oras na yun, kaya inamin ko na sa kanya ang totoo,

"Spencer, wag ka sanang mabigla pero totoong mayaman ako—Sorry kung nag sinungaling ako sa'yo—" malungkot kong sinabi sa kanya,

"Ahhhhhhhh OMG totoo?! Wah! 'Di ko alam!"

Sarcastic ang naging reaksiyon ni Spencer sa pag amin ko, kaya 'di ko alam kung ano ang ire-responde ko sa kanya,

"Okay?"

"Alam mo Keith, ikaw ang pinakamalalang sinungaling na nakilala ko"

"HA?! Ibig mong sabihin alam mo?"

"Oo naman! Paalala lang ha, nandiyan lang sa pangatlong block ka nakatira at nandito lang ako sa first block"

"Paano mo nalaman?!"

"Keith, nakikita kitang pumapasok sa block na yan tuwing hapon. Napapansin ko ring sumisilip ka sa paligid mo bago pumasok eh"

"Kung alam mong diyan ako nakatira at kung nakikita mo ako, BAKIT 'DI MO AKO PINANSIN O TINAWAG MAN LANG?!"

Pinaliwanag ni Spencer kung bakit. Matagal na raw sila naging tapunan ng mga masasakit na salita sa mga taong nakatira sa block namin. Nung nalaman niyang mayaman ako, naisip niyang wala akong pinagkaiba sa mga taong naninirahan doon. Nasaktan ako at nahiya nung sinabi ni Spencer sa akin lahat ng dahilan niya. Totoo talagang may mga taong mapanapak sa mga 'di nila katulad. Pero bumago lahat ng tingin ni Spencer sa mga mayayaman, dahil sa akin. Kung merong tulad ko na nakikipagkaibigan sa isang tulad niya, 'di malabong may katulad ako na iba. Napangiti nga ako nung sinabi ni Spencer yun.

Sa sobrang tagal ng usapan namin dalawa, napansin kong inabutan na ako ng gabi. Pag silip ko sa aking cellphone, naka dalawampu't pitong missed call na ako kay daddy. Natulala ako sa kaba, napansin rin yun ni Spencer,

"Keith, okay ka lang?"

"Patay—"

Napayuko ako sa kaba. Iniisip ko na lahat ng pwedeng gawin sa akin ni daddy. Pero sa kalagitnaan ng pagalala, nakaisip ako ng ideya. Si Spencer lang ang pwede maging ticket ko para malagpasan nanaman 'tong hagupit ni daddy. Kinumbinse kong sumama sa akin si Spencer. Ayaw niyang maniwala na gustong gusto siya makilala ng aking mga magulang. Sa buong buhay niya, ni isang mayaman walang gustong kumausap sa kanya. Sinabi kong ako at ang magulang ko ang mauuna, kailangan niya lang sumama. Pumayag sa huli si Spencer pero sa isang kundisyon, papalit muna siya ng kanyang damit.

Nung nakarating na kami sa aming block, ramdam ko ang pagdadalawang isip ni Spencer sa pagtuloy. Sinabi ko sa kanya na magiging mabuti ang lahat basta kasama niya lang ako. Tumapak siya sa loob ng gate. Sinabi niya na para siyang pumasok sa ibang planeta. Unang beses niya ring makakita ng magagandang bahay at mansyon. 'Di siya makapaniwala na makakapasok siya sa ganong klaseng lugar. Kaya napaisip ako habang nakikita siyang humahanga. Sa ganong bagay, napapasaya si Spencer. Bakit ako, hindi? Marunong naman akong magpahalaga. Siguro 'di ko lang talaga nakikita ang totoong ligaya sa mga bagay. Nakikita ko ang totoong ligaya sa ligaya ng ibang tao. Tingin ko sapat na yun na dahilan para maging masaya ako.

Pagkadating namin sa aming mansyon. Nagtaka si Spencer kung bakit kami huminto,

"O? nandito na ba tayo? Saglit huhulaan ko bahay niyo. Hmmmmmm yun ba?"

"Hindi"

"Hmmm yunnn ba?"

"Nope"

"Hmmmm yan, sigurado yan"

"Hindi parin"

"Suko na ako, saan ba bahay niyo?"

"Tumalikod ka"

Paglingon ni Spencer, 'di siya makapaniwala sa laki ng aming bahay. Natulala siya sa ganda. Nag dadalawang isip nanaman siya sa pagpasok. Natatakot siya na baka may magawa siyang mali. Sabi kong wala siya dapat ipagalala. Tinawag ko si manong Henry para buksan ang gate. Pinakilala ko rin si Spencer kay manong. Medyo kinakabahan ako sa pagbukas ng pinto ng bahay. Humanda ako sa magiging reaksyon ni daddy sa akin. Pagbukas ko ng pinto, bigla siyang napasigaw,

"BAKIT NGAYON KA LANG NANAMAN UMUWI! THAT'S IT! TAMA NA! MAG IMPAKE KA NA NG MGA DAM—"

"Dad! Saglit po, meron po akong rason kung bakit"

"ANO?!"

Dahan dahan kong hinila si Spencer papasok ng bahay. Nabigla sila mommy at daddy. 'Di nila inakalang may maiuuwi akong kaibigan nung araw na yun,

"Dad, mom, si Spencer nga pala"

"SPENCER?! Yung kasama mo sa school?!"

"Opo, nag pasyal po kami. Kaya po ngayon lang ako nakauwi"

Akala ko sisigaw sa galit si daddy. Pero sobrang tuwa siya kasi unang beses niyang makita si Spencer. Pinaupo niya ito at pinakuhaan kay mommy ng makakain at maiinom. Hindi rin makapaniwala si Spencer sa pangyayari. Titig siya ng titig sa akin na parang, "okay lang ba'to?" Pati rin nga ako natuwa. Ang daming tinanong nila mommy at daddy kay Spencer. Halos lahat patungkol sa kung ano ang ginagawa namin sa school. Tumitig si Spencer sa akin. Alam ko ang gusto niyang iparating. Kaya bumulong ako na gumawa na lang siya ng kwento.

Natuwa naman si daddy nung marinig niya na naging mabuti akong estudyante sa school. Pero nawala ang tuwa ko nung itinanong si Spencer patungkol sa trabaho ng kanyang magulang. Nag da-dalawang isip si Spencer sa pagsagot kaya sumapaw ako sa usapan,

"Ahh a-ano po, ano po sila—ahh" umuutal na sinabi ni Spencer,

"OFW DAD!" malakas kong sinigaw kay daddy,

"Ohhhh saan?"

"Sa Saudi po—"

'Di naman nag dalawang isip si daddy na maniwala. Kaya nakahinga kami nang maluwag ni Spencer pagkatapos nun. Nung matapos ang usapan namin nila daddy, ipinakita ko sa kanya ang kwarto ko. 'Di rin siya makapaniwala sa laki. Napansin niya ring marami akong mga laro,

"Uy! Nakikita ko 'to pero 'di ko pa nalalaro"

"Talaga? Gusto mo bang lumaro?"

"Gusto ko kaso 'di ako marunong eh"

"Edi turuan kita" masaya kong sinabi,

Napangiti sa tuwa si Spencer nung mga sandaling yun. Pareho naming binago ang buhay ng isa't isa. Umaasa akong tatagal ang pagkakaibigan naming dalawa. Pero kailangan kong paring itago ang totoong pagkatao niya kay mommy at daddy. Para sa ikakabuti ng lahat.

A Day Before

Tumagal kami ng isang oras sa paglalaro ni Spencer. Matapos naming maipanalo ang final level ng laro, huminto na muna kami saglit. Kumuha ako ng maiinom naming dalawa. Pagbalik ko sa kwarto, nakita kong binabasa niya ang salaysay ko. Nabigla ako nung ginawa niya yun, kaya kinuha ko kaagad yung papel sa kanya,

"Bakit mo binasa Spence? Nahiya tuloy ako"

"Ang ganda kaya ng gawa mo! Para saan ba yan?"

"Para sa competition sa school. Foundation day"

"Mabuti naman at naisipan mong sumali"

"Kinumbinse ako ni Faye eh"

"Ah ganon ba? So, patungkol sa kanya yung essay mo ganon?"

"HA?! Assuming mo naman" habang tumitingin sa baso ko,

"Please Keith, may mata ako at madaling mag observe. Ba't mo naman itatago sa akin yun?"

Pinaliwanag ko sa kanya lahat. Sinabi kong bawal malaman ng pamilya ko ang sitwasyon ni Faye. 'Di maintindihan ni Spencer kung bakit. Sinabi kong "mapili" ang magulang ko. Doon naging klaro lahat para kay Spencer. Kaya napatanong siya,

"Paano kung malalaman ng parents mo? ano ang sasabihin mo kay Faye?"

Blangko. Wala akong maisip na sagot. Palagi ko lang tinatanim sa aking isipan na "'di lang magpapahuli." Pero tama si Spencer, ano ang gagawin ko kung mangyayare nga yun. 'Di ko na muna sinagot ang katanungan niya dahil sa wala pa akong alam kung paano ko lalagpasan ang ganong pangyayare.

Matapos ang ilang oras naming paglalaro at pag uusap, napagpasiya na ni Spencer na umuwi. Pagbaba namin ng hagdan, sinabi ko kay mommy at daddy na uuwi na si Spencer. Sinabi nilang ipapahatid na lang siya kay manong Henry. Pumayag naman ako, dahil alam naman naming dalawa na ang lapit masyado ng block nila sa amin. Tuluyan nang namaalam si Spencer sa mga magulang ko at sabay kaming lumabas ng bahay. Tinawag ko si manong Henry para sa paghatid. Sumama narin ako para makapag paalam ako ng mabuti sa kanya. Habang na sa byahe, sobra ang pasasalamat ni Spencer sa akin. Napangiti naman si manong Henry sa nadidinig niya sa aming usapan. Ikinagulat ni manong Henry na nasa first block lang pala nakatira si Spencer. Sinabi ko kay manong Henry na mas maganda nga 'yon. Kasi may kapitbahay akong kaibigan. Pagbaba ni Spencer sa kotse, muli siyang nagpasalamat. Yumakap siya sa akin bago tuluyang umuwi sa kanila. Bilin niya rin na galingan ko raw sa foundation day at balitaan siya sa magiging resulta.

Pagkauwi namin ni manong Henry sa bahay. Sinalubong ako ni mommy at daddy sa loob. Napahakbay si daddy sa akin sabay sabing,

"I'm proud of you anak. Akala ko nung una nag sisinungaling ka lang. I'm glad I was wrong. I should never have doubted you"

So, all this time nag dududa nga pala si daddy sa akin. Paano pala pag 'di ko talaga napakilala si Spencer? Baka naka impake na ako ng mga gamit ko muli. Pero mabuti naman at nagkita kami ulit dalawa. Kung alam ko lang talaga nung una na malapit lang dito si Spencer, araw-araw ko na sana siyang iniimbita na maglaro sa kwarto ko. Kaso sa ngayon, kailangan ko na muna pag handaan ang competition sa school. Kaya time for perfection.

Lumipas ang ilang buwan, dumating na ang foundation day ng school. Team red kaming na sa HUMSS. Habang team blue naman ang strand ni Faye. Pag dating ko sa school medyo hirap ako sa paghahanap sa kanya dahil sa pare-pareho ng kulay ang mga damit. Pumunta ako sa usual spot ko para mag antay. Uupo na sana ako kaso may biglang tumapik sa akin. Si Faye. Pumunta kami sa registration booth para sa mga competition. Medyo kinabahan ako na may halong excitement,

"Hello po ma'am, mag re-register po kami"

"Sa anong category ka?"

"Ako po sa art making category tapos siya naman sa essay making category"

"Okay, sulat niyo na lang name niyo dito at ito ang numbers niyo"

Mauuna ang category nila Faye bago ang amin. Kaya bumalik kami sa usual spot ko para humanda. Pansin kong ready na ready si Faye. Lahat ng obra niya nung praktis namin, dala niya. Para pag basehan niya raw habang gumagawa ng art mamaya. Bumili kami ng makain para 'di kami gugutumin sa kalagitnaan ng kompetisyon. Habang umaantay at nag kwekwentuhan, nadinig namin ang announcement. Tinatawag na ang mga mag pa-participate sa art category. Agad namang nauna si Faye sa booth. Sinabi niya ring manuod raw ako para makita ko ang gawa niya. Pagkadating namin sa venue ng art category, pansin naming maraming sumali. Nakita ko rin sa mukha ni Faye na kinabahan siya. Pinalakas ko ang kanyang loob para magagawa niya lahat ng makakaya niya. May biglang lumapit na teacher at itinanong kung kasali ba siya at kung anong numero ang nakuha niya. Pagkatapos nun, inilagay na siya sa kanyang pwesto. Bago pa man siya umalis, may pahabol pa siya na bulong,

"Goodluck sa category mo mamaya"

"Goodluck rin sa'yo" bulong ko pabalik sa kanya,

Matapos naming mapalakas ang loob ng isa't isa, tinawag narin ang mga sasali sa category ko. Nag paalam ako sa kanya at tumakbo patungo sa venue ko. Pansin kong may iilan na sumali at mukhang seryoso sila. Confident naman ako sa gawa ko. Sana mahanga ang mga judges.

Lumipas ang ilang oras, natapos ko narin ang aking entry. Agad akong lumabas ng venue at bumalik kay Faye. Napansin kong wala na siya sa kanyang pwesto. Hinanap ko siya ng hinanap ng biglang tinapik niya nanaman ako sa balikat,

"HUY!"

"Ay, kala ko 'di ka pa natapos"

"Akala mo lang yun, tara bili tayo pagkain ulit. Gutom nanaman ako"

"Sige sige hahahaha"

Pumunta kami sa cafeteria at bumili ng makain. Dumeretso kami patungo sa usual spot ko pero nakita naming may tumambay. Wala kaming maisip na ibang lugar para makaupo, kaya naisipan ni Faye na manuod sa ibang category habang kumakain. Pumunta kami sa track and field category, basketball category, volleyball category, well halos lahat ng sports category. Napansin kong malakas ang pag hihiyaw ni Faye sa mga athletes na lalaki. Napansin ko ring magaganda ang katawan ng mga lalaki na yun. Kaya meron na akong naisip na gagawin sa summer. Napagod si Faye sa kakahiyaw at muli nanaman siyang nagutom. Bumalik nanaman kami sa cafeteria para bumili ng pagkain. Buti naman at pagsilip namin sa usual spot ko, umalis na yung mga nakatambay kanina.

Pag upo namin ni Faye, pansin niyang nakasimangot ako. Kaya napatanong siya kung bakit,

"HUY KEITH! Ano yang itsura mo? ba't ka nakaganyan"

"Walaaaa, nabangga ko kanina yung hinliliit ng paa ko sa pader" nakasimangot kong sinabi sa kanya,

Sumilip siya sa baba at napansing nakasapatos ako,

"NAKASAPATOS KA NAMAN AH! HAHAHAHAHA anong dinadrama mo?!"

"Ikaw naman kasi eh, ang lakas mong humi—"

"Saglit, nag a-announce ang school"

"Calling all the attention of students. The results for art category are now available. Please proceed to the art booth venue for the results"

"Uy, nandun na ang results ng amin. Ano nga ulit yung sinasabi mo?"

"Wala, puntahan na lang natin yung results ng category mo" nakanatiling simangot ang aking itsura,

"Suplado ne'to oh"

Ewan ko kung ano yung nararamdaman ko nung mga sandaling yun. Basta merong hinahanap yung kawatan ko nun. Aalamin ko kung ano, pero sa ngayon alamin muna namin ni Faye kung sino ang panalo sa category nila. Ang daming estudyanteng namangha sa obra ng mga sumali pero 'di namin nakikita kung saan ang gawa ni Faye. Medyo nag alala nga ako, baka kasi 'di siya nakapasok. Dahil tumingin na kami sa kaliwa't kanan, wala talaga yung obra niya. Dumating na yung judge para I a-announce ang results kung sino ang nanalo,

"Okay students, settle down. I'm going to announce on who are the winners for this years' competition on art category. Our third place is number—10 from GAS!"

Nagsipalakpakan ang lahat nung umakyat sa intamblado ang pangatlong nagwagi sa kompetisyon. Nung tinawag ang pangalawang nanalo, umaasa akong si Faye ang tatawagin. Laking gulat naming dalawa na hindi siya ang pinaakyat. Nawalan ng pag-asa si Faye. Sinabi niyang umalis na kami sa venue. Then all of a sudden,

"Our first runner up and winner for this years' art category is coming from—"

It's You

Pinikit ni Faye ang kanyang mga mata. Nag pa drumroll pa nga ang announcer bago sinabi ang nanalo sa kompetisyon. Tapos nung tinawag na ang numero, sinalubong kami ng malakas na hiyaw,

"STEM! NUMBER 27!"

Napasigaw si Faye sa tuwa. Naghiyawan naman ang mga kaklase niya. Pag akyat niya ng entablado, agad namang pinasuot sa kanya ang napanalunan niyang medalya. Litrato dito, litrato doon. Nakatitig lang ako sa kanya nung mga sandaling yun. Ang saya pala pag masaya yung pinapasaya mo. Pagbaba niya ng entablado, ipinakita niya sa akin ng malapitan ang medalya niya,

"KEITH! LOOK! First time kong manalo sa ganto!" nakangiting sinabi niya sa akin,

"Sabi ko naman sa'yo na maganda yung mga gawa mo eh. Kaya next time wag mo na itago"

"Sige na nga hahahaha"

Habang nagkakatuwaan, tinawag naman ang mga kalahok sa essay making category. Agad naman kami pumunta ni Faye sa venue. Bago paman kami nakarating doon, nag dalawang isip ako sa magiging resulta ng aking category. Kaya napahinto ako,

"Keith? Bakit? Anong meron ba't ka huminto? Tinatawag na kayo oh"

"Never mind na yung sa category ko—"

"Bakit naman?!"

"Satisfied na ako na isa sa ating dalawa ang nanalo, enough na yun para mag celebrate tayo"

"HUY! NAANO KA?! BA'T KA NAG DRA-DRAMA?!"

"Feel ko kasi na masyadong OA yung gawa ko, kaya maliit ang chances ko na manalo"

"KEITH! OPINYON MO YAN! Ako ramdam ko na pasok ka sa top 3. 'Di baleng 'di ka naniniwala sa sarili mo, basta ako naniniwala ako sa'yo"

Lumakas ang loob ko sa mga sinabi ni Faye. Kaya napangiti na lang ako at napatakbo patungo sa venue,

"TEKA! Ba't mo ako iniwan?!"

Pagpasok namin sa loob, kita ko na hawak na ang resulta ng category ko. Umupo kami ni Faye at umantay. Nung tatawagin na ang numero ng mga panalo, unang natawag ang pangatlong nagwagi. Sumunod naman ang pangalawa. Nung 'di naitawag ang numero ko, lumabas na ako sa venue. Sinundan ako ni Faye at tinanong,

"HUY! Ba't ka nag walkout?!"

"Faye, 1ˢᵗ placer na ang tatawagin. Alam ko sa sarili ko na 'di ako yun. Kaya tara na, kumain na lang tayo sa cafeteria—"

Paalis na sana kami kaso inantay ni Faye kung sino ang nagwagi,

"Saglit lang!"

"And this years' winner for essay writing contest is—number 6!"

Nung narinig ko na 'di ko numero ang tinawag. Dahan dahan akong lumingon at naglakad papalayo ng biglang,

"WAIT STUDENTS! May minor problem lang, it turns out na mali ang natawag ko and ang representative ng number six ay hindi po sumipot and it also turns out na baliktad yung number na nabasa ko. Ang nagwagi sa essay writing contest ay number 9! Is number 9 here?"

Tumingin ang mga estudyante sa paligid. Ang tahimik din ng venue. Doon ko tinaas ng dahan dahan ang aking kamay. Lumapit ako sa stage na tinititigan ng mga school mates ko. Pag akyat ko ng stage, tinanong ako,

"Ikaw ba si number 9?"

"Opo sir"

"LADIES AND GENTLEMEN—OUR WINNER FOR ESSAY WRITING CONTEST!"

Dahan dahang lumalakas ang mga palakpak na narinig ko. Tumingin ako sa madla at nakita si Faye. Nakangiti, humihiyaw at pumapalakpak. Inabot sa akin ang medalyang napanalunan ko at sinabing,

"Since ikaw ang nanalo for this years' essay writing contest, it is a must na kailangang basahin ang winning piece"

Napalunok ako ng laway ko at kinabahan. Nahihiya akong basahin ang gawa ko dahil na sa madla mismo ang naging inspirasyon ng aking gawa. Kaso pinilit ako ng mga host, kaya wala akong magawa maliban sa sundin ang gusto nila. Kaya binasa ko ng malumanay ang aking obra,

"Hello po sa inyong lahat, eto nga po pala ang aking salaysay na ginawa. Ang pamagat po neto ay ang Bahaghari"

Tumingin ako sa mga tao at nakita kong nakatitig sa akin si Faye at bumulong,

"Kaya mo yan"

At sinimulan kong binasa ang aking salaysay sa madla,

"Sabi nila sa mundong 'to, lahat ng nanaisin mo ay siyang kabaliktaran ng matatanggap mo. Hindi naman ako naniniwala doon. Dahil kung may nais ka, pagsikapan mo itong makuha kahit gaano pa kahirap ang madadaanan mo. Kahit subukin ka pa ng tadhana o panahon. Ganoon ang ginawa ko, hindi ako sumuko sa nais ko kahit pa dulot nito ay kapahamakan at sakit sa akin. Baliwala ang pasa't sugat, mga masasakit na pangungutya basta makuha ko lang ang ninanais ko at tulad ng malakas na ulan, nakakatakot na kulob at mapinhasang kidlat, may bahagharing lilitaw sa nakakalungkot na kalangitan.

Ang mga naipong sakit sa dibdib ko at sa aking pisikal na katawan ay bigla nalang paunti-unting nawawala ng dahil sa bahagharing bigla nalang dumating sa buhay ko. Tulad ng bahaghari, paunti-unting niyang kinukulayan ang madilim kong karanasan. Para siyang nag sisilbing ulan sa isang punong paunti-unting nanlalata— at ang punong iyon ay ako.

Tulad sa bahaghari nagbibigay sigla sa kalangitan. Binigyan niya ng sigla ang buhay ko, katuwaan, at kakaibang pakiramdam na ni minsan ay hindi ko pa naramdaman. Mga mata niyang mala tala sa gitna ng madilim na kalawakan, ang mukha nitong mala anghel, ang boses nitong mala lullaby sa pandinig ko, ang buong presensya niya ang nagbibigay buhay sa katawan kong paunti-unting namamatay.

Kaso isa siyang anghel na pumasok sa isang magulong mundo. Ang mundo kung saan hindi niya alam, ang mundo na siyang binuhay niya, ang mundong binigyan niya ng diwa, ang mundong siya ang nagsisilbing mga tala sa madilim nitong kalangitan—at yun ang mundo ko."

Pagkatapos kong binasa ang aking gawa, pansin kong tahimik ang madla. Tulala ang judges pati ang host. Ang iba nakanganga. Pero nung dahan dahang may pumalakpak, sumunod ang malakas na pag hiyaw ng mga tao. Napangiti ako at tumingin lang sa aking paligid nang bigla kong nakita ang mga mata ni Faye.

Nakatitig lang siya sa akin at nakangiti. Sumabay rin siya sa palakpakan pagkatapos,

"Kaya pala ikaw ang nanalo eh, LAKAS MONG HUMUGOT SA ESSAY MO AH, which is somehow connected sa theme natin this year, "Para Kanino" so, ang tanong number 9, para kanino nga ba ang essay mo?" sabay sabi ng "ohhh" ang madla,

"Espesyal po itong tao na'to, lahat po ng sinabi ko sa aking essay ay totoo at mula sa puso. Sadly, ayaw ko lang po i-mention ang name niya" sabay sabi ng "ahhh" ang madla,

"SAYANG NAMAN! Curious pa naman ako hahahahaha pero anyway, OUR WINNER EVERYBODY!"

Pagbaba ko ng entablado, maraming pumuri sa ginawa ko. Lumapit ako kay Faye at sinabi kong pumunta sa usual spot namin. Pagdating at pag upo namin, pansin kong tulala parin si Faye. Sinabi niyang 'di niya inakala na ganong klase na essay ang gagawin ko. Pinipilit niya rin kung para kanino nga ba yung gawa ko. Todo deny naman ako sa kanya dahil alam ko sa sarili ko na para talaga kay Faye yung gawa ko. Ayaw ko lang sabihin sa kanya sa kadahilanang nahihiya ako at awkward. Napagusapan rin namin kung ano ang gagawin sa summer. Bali tutulong raw siya sa kanyang mga magulang sa mga ipapatrabaho sa kanya. Sinabi ko naman na babalik ako sa baryo namin para magbakasyon. Pero ang totoong plano ko sa summer ay babaguhin ang pagtingin ni Faye sa akin.

Sabay naman kami ni Faye umuwi pagdating ng hapon. Habang na sa byahe, pansin kong pagod siya. 'Di namalayan ni Faye na napapikit siya at napasandal sa balikat ko. Akala ko nga nagbibiro siya nung una pero pansin kong nakatulog talaga siya. Kaya hinayaan ko siyang sumandal sa akin. Sinubukan kong tumitig sa kanya habang natutulog, 'di talaga ako makapaniwala na nakipagkaibigan ang isang tulad niya sa isang tulad ko. Ang ganda ni Faye sa malapitan. Parang ayaw ko nga sana tumigil yung mga sandaling yun. Kaso habang nakatitig ako, bigla na lang siya nagising at nagtanong,

"Keith? Meron bang nakalagay sa mukha ko?"

"Ha? Wala naman" kinabahang sinabi sa kanya,

"Eh bakit mo tinititigan?"

Wala akong masagot. Tumingin ako sa labas ng bintana at tinikom ang aking bibig, kaso may narinig akong bulong mula sa kaniya,

"Ikaw ha—"

"Ha?"

"Manyak ka hehehehe" pabirong sinabi ni Faye sa akin,

"Anong manyak, wala naman akong ginawa eh"

"Sure ka?"

"Wala nga eh!"

"Defensive siya oh"

"Kasi sinasabihan mo akong manyak malamang maging defensive ako"

"Sus, pero Keith—"

"Ano?"

"Ganda ko no? HAHAHAHAHA"

Nice To Meet You?

Nagkulitan kami ni Faye bago kami nakarating sa kanyang stop. Huling kita muna namin yung mga sandaling yun dahil bakasyon na. Pagkarating ko naman sa amin, agad akong sumakay sa kotse at ibinalita kay manong ang napanalunan kong parangal. Dali dali kaming umuwi dahil 'di rin ako makapag antay sa balitang hatid ko kila mommy at daddy. Pagpasok ko sa pinto sumigaw ako ng,

"MOM, DAD, LOOK!"

Ipinakita ko sa kanila ang medalyang napanalunan ko. Kaya naisipan ni daddy na kumain kami sa labas para sa aming hapunan. Sobrang saya ko nung araw na yun. Kaya pagkauwi namin galing sa labas, nagsimula na akong magsulat sa diary ko para sa aking susunod na plano at yun ang magbawas ng timbang. Sigurado akong iiba talaga ang pagtingin sa akin ni Faye once na babalik kami sa klase.

FAYE P.O.V

Hindi ako makapaniwala sa nangyari ngayong araw na 'to, biruin mo? Nanalo ako sa Art Contest sa unang pagkakataon. Abot tenga pa ang ngiti ko habang hawak-hawak ang medalya ko pababa ng bus na sinakyan namin ni Keith at bago pa ako tuluyang bumaba, lumingon ako sa kanya. Umiiwas siya ng tingin sa akin at pansin ko rin ang pamumula ng mukha niya kaya hindi ko maiwasang matawa.

"See you after summer, Keith!" hiniwagay-way ko ang medalya na hawak ko,

"Congratss sa atin!" umiiwas parin siya ng tingin pero nakuha naman niyang kumaway sa akin.

"Oy! Hindi maka move on? Ganda ko noh? HAHAHAHAHA" pang-aasar ko sa kanya na mas lalong kina pula ng mukha niya. Nagmukha tuloy siyang kamatis kaya napatawa ako ng malakas.

"Se-see y-you after summer" umiiwas niyang sabi sa akin.

"Nakakautal talaga kagandahan ko, HAHAHHAHAA!"

Ang saya talaga niyang asarin minsan ang cute ng reaksyon niya eh! Gusto ko pa sana siyang asarin dahil alam ko after nito matagal kaming hindi magkikita. Kaso kailangan ko ng umuwi dahil excited akong ipakita kay Mama at Papa ang medal ko at alam kong ganon din si Keith kaya hindi ko na siya muling inasar at naglakad na ako papalayo.

Habang naglalakad ako sa lugar namin taas noo kong pinakita sa mga taong naroon sa labas ng bahay nila ang achievement ko.

"Oy! Faye, ang galing mo naman, 'yan ba 'yong sa foundation day niyo?" tanong ni aling Gegi habang nagwawalis.

"Opo aling Ge, sumali ako sa Art Making Category at ako 'yong nanalo" nakangiti kong tugon sa kanya na siya rin naman narinig ng mga kapitbahay. Sa sobrang liit ng espasyo ng pagitan ng mga bahay dito sa amin na pati langaw maiipit sigurado akong maririnig nila ang sinabi ko.

"Congratulations Faye! Pa blowout ka naman diyan kahit soft drinks lang!" nagsilapit naman 'yong ibang kapitbahay at lahat sila natutuwang binati ako sa achievement ko. Umaapaw ang saya ko noong mga oras na 'yon. Sinabi ko rin sa kanila na kailangan ko muna umuwi at ipakita sa magulang ko ang medalya bago ko sila ililibre ng maiinom at makakain. Dahil meron namang cash prize 'yong mga nanalo sa Art category sa foundation kanina.

Pagdating ko sa bahay kaagad kong inalis ang sapatos ko at maayos na inilagay sa tabi ng pintuan. Nakita ko si mama naghahanda ng meryenda habang si papa ay nakaupo sa harap ng TV. Hindi nila ako napansin kaya nakaisip ako ng kalokohan, dahan-dahan akong naglakad ng walang ingay sa bawat hakbang ko. Nakatalikod si mama dahil abala ito sa pagluluto, ganoon din si papa abala ito sa pinapanuod niya. Noong na sa tapat na ako ng pareho nilang likod humugot muna ako ng mahinaong paghinga bago sumigaw.

"I'M HOMEEEEEEE!" sabay iniwagay-way ang medalya sa kamay ko, si mama napatalon sa gulat habang si papa naman napahawak sa dibdib niya.

"FAYE! Ano ka ba aatakihin sa puso papa mo sayo eh"

"Oh my God oo pala" mabilis kong naibaba ang nakataas kong kamay.

"Ay! Sorry Ma, kasi—" napalunok ako ng makitang masama ang titig ni papa,

"Pa! Maka killer eyes ka naman oh, heto!" abot langit ang ngiti kong pinakita sa kanila ang medalya na hawak ko.

"Ano 'yan?" nawala tuloy ang ngiti ko sa sinabi ni papa,

"Pa! Malamang medal" mas lalo sumama ang tingin niya.

"'Di joke lang hehehe!"

"Alam kong medal, pero saan mo nakuha 'yan?" minsan talaga naiisip kong mapanghusga talaga si papa. Hindi ko naman pwede sabihing binili ko o dinukot ko baka tuluyan na siyang maatake sa puso at ayoko 'yon mangyari.

"Sumali ako sa Art contest sa foundation day sa school Pa at ako 'yong nanalo sa napakaraming sumali. Galing ko nohh?!" umiba ang expression ng itsura ni papa. Mula sa naiinis bigla nalang ito lumiwanag.

"Talaga ba?" may duda pa yata.

"Papa naman" sumenyas siyang lumapit ako, kaya ako'y sumunod.

"Tamang-tama luto na 'tong prinito kong saging. Patingin nga nak!" matuwang sinabi ni mama habang lumalapit sa amin ni papa.

"Galing talaga ng anak ko, galingan mo pa lalo para naman mapaayos narin itong bahay natin, may kalumaan na eh" tumango ako kay papa.

"Oo naman Pa! hayaan mo pa, pagkatapos ko ng college hahanap ako agad ng trabaho para maipaayos agad itong bahay natin" tinuro ko ang pader na may crack na at ang bubong namin na butas-butas na kung saan pag umuulan pumapasok na ang tubig sa loob.

"Magiging gold itong bahay natin pati ang kusina ni mama gagawin nating gold" tuwang-tuwa sila sa sinabi ko, mabenta talaga sa kanila ang mga bagay na impusible. Syempre hindi pwedeng impusibleng hindi ko ma renovate ng bongga itong mansyon namin na pamana pa yata ni lolo sa pogi niyang anak na si papa.

Hanggang sa pagtulog, nakangiti pa nga akong nakahiga. Hindi talaga ako makapaniwala na ako 'yong nanalo sa sobrang galing ng mga kalaban ko. Talagang magaling lang ang guardian angel ko. Habang nag iisip ako, bigla nalang pumasok ang imahe ng itsura ni Keith sa utak ko. Bigla-bigla nalang lumilitaw sa isip ko sa mga ganitong sandali.

Kumusta kaya siya? Nakauwi na kaya siya sa probinsya nila? Nakapag celebrate na rin ba siya? Tawagan ko kaya? Kaagad kong kinuha ang cellphone ko pero ng akmang pipindutin ko ang name niya sa may contact list ko bigla kong naisip na makakadistorbo lang ako.

Moments niya 'to with Fam niya kaya bakit naman ako papasok? Diba? 'Di baa!? Text ko nalang kaya siya? Ay hindi makakadistorbo parin ako.

Hinayaan ko nalang ang utak ko na ipakita ang imahe ni Keith hanggang sa makatulog ako. Kinabukasan naghahanda sila Mama at Papa para pumunta ng Farm namin kaya hindi na ako nag atubiling sumama dahil wala namang pasok. May isang ektaryang palayan sila mama at papa pero kulang na kulang 'yon sa aming gastusin lalo't tatlong buwan pa 'yon bago anihin tapos ang dami pang babayaran sa mga nagastos sa pag-tamin at pag papalaki ng palay. Kaya halos 15% nalang ang natitira kila Papa at Mama pag dating ng anihan. Dagdag mo pa ang napakamahal ng mga bilihin ngayon.

Pagkatapos namin maghanda, naglakad na kami papunta sa farm. May kalayuan din 'yon sa bahay, maaliwalas din ang panahon ngayon dahil tapos na ang buwan ng tag-ulan. Siguro mga tatlumpung minuto kaming naglakad bago makakarating. Nung nakarating na kami, kaagad dumampi sa katawan ko ang malamig na simoy ng hangin.

"Faye anak dito ka sa may kubo" tawag ni mama sa akin, may maliit kaming kubo sa tabi ng palayan ni papa kung saan sila nagpapahinga kapag-nandito sila.

"Opo!" kaagad akong naglakad papunta doon.

Napakaganda ng tanawin isabay mo pa ang masarap na simoy ng hangin. Pagdating ko doon umupo ako agad at tumingin-tingin ako sa paligid. Nakakamangha ang tanawin sa bawat paligid sa bukirin. Ang berdeng kulay ng mga halama't puno, ang huni ng mga ibon at dagdag mo pa ang kulay asul na kalangitan. Huminga ako ng malalim bago ako nagsimulang tumulong kay mama at papa. Inabot kami ng mahigit dalawang oras sa pag-aalis ng mga malalaking damo sa paligid ng palayan ni papa. 'Di ko rin maiwasang matalsikan ng putik kaya napansin 'yon ni mama.

"Nagmistula ka nang kalabaw"

"Ma! Kung totoo yan ngayon kalang makakakita ng magandang kalabaw" humalak-hak si mama sa sinabi ko,

"Oh siya halika may malinis na ilog doon sa may kakahuyan" kaagad naman akong sumama kay mama sa sinasabi niyang ilog. Mga limang minuto namin 'yon nilakad ni mama bago marating. May ilog nga at kitang-kita pa ang mga bato at lupa sa ilalim nito sa sobrag linis.

"Mag linis ka na ng katawan para makauwi na tayo" sa sobrang mangha ko sa linis ng ilog nag dive ako kahit hindi ako marunong lumangoy. Mababaw lang naman dahil kita ko ang mga bato at lupa sa ilalim. Pero akala ko lang na mababaw, malalim pala,

"Ano ka ba Faye! Mag hugas lang sinabi ko! Bakit lumusob ka na?" Sigaw ni mama nang hindi alam na nalulunod na pala ako. Nalalagyan na ng tubig ang ilong ko at nakakainom narin ako ng konti,

"Anak! Halika na, umahon ka na diyan" grabe hindi ba pansin ni mama na nalulunod na ako? Hindi lang ako makapag salita at makasigaw. Kasi mag di-dive din si mama pag magpanik siya at hindi rin siya marunong lumangoy. Malayo si papa kaya pareho kaming matitigok kung magkataon. Pinilit kong ginagalaw ang mga paa ko at kamay tulad sa nakita ko sa isang teleserye sa TV. Sa awa ng diyos gumana ang ginawa ko kaya paunti-unti akong nakaahon sa dalampasigan. Hinahabol ko pa ang hininga ko pag katapos umahon.

"Oh, bakit ka hinihingal?" tanong ni mama,

"Naghabolan kami ni Nemo sa baba, Ma! Grabe! Bilis niya" pagsisinungaling ko,

"Sinong Nemo?"

"Hindi mo kilala si Nemo? 'yong isda" napahinga na lang si mama ng malalim,

"Siya, halikana umuwi na tayo" tumango ako, grabe! Muntik na ako doon ah. Pero isa lang na realize ko nong oras na 'yon, dapat akong bumalik dito. Gusto ko matuto lumangoy! Paano kung maulit mangyari sa akin yun? jusko! Natuto pa akong lumangoy ng wala sa oras.

Pagkatapos sa bukirin, kaagad kong ginawa ang isa pa sa mga gusto kong gawin sa buong summer. 'Yon ay ma improve pa ang Art skills ko. Nagsimula ako sa Visual Art, ginuhit ko lahat ng nakita ko kanina sa bukid simula sa mga puno, sa mga halaman, at syempre sa malinis na ilog. Buong summer 'yon ang naging routine ko araw-araw. Sasama sa parents ko sa farm para tumulong, mag praktis mag swimming sa ilog at sa pag-uwi naman ay mas lalo ko hinuhusayan ang pag improve ko sa pag guhit.

Hanggang sa natapos ang summer at pasukan na ulit. Grade 12 na ako at sobra akong excited pumasok bukas hindi dahil grade 12 na ako kundi makikita ko na ulit si Keith. Simula nong summer hindi ko na siya nakausap, wala na akong update sa kanya kung ano ang mga ganap sa life niya. Sigurado akong nakabalik na siya galing probinsya at naghahanda narin pumasok bukas. Kinagabihan, inayos ko na lahat ng kailangan ko sa pagpasok bukas para hindi ako ma-late. Pagkatapos non agad akong humiga at natulog ng maaga.

Kinabukasan, sobrang excited kong pumasok, nagising ako ng maaga para mag handa. Siniguro ko muna na wala akong maiiwanan na kakailanganin bago ako umalis ng bahay. Pagdating ko sa terminal ng bus tumitingin-tingin ako sa paligid baka kasi makita ko si Keith, pero naalala ko mag kaiba pala kami ng sinasakyan papunta sa school. Kaya inisip ko na baka nauna na siya. Sumakay akong excited sa bus. Nakangiti lang ako buong biyahe, napansin ko ngang nakatitig lang ang ibang pasahero sa akin.

Dumating ako sa school sampong minuto bago mag time. Una kong pinuntahan ang usual spot namin ni Keith, walang tao roon pero may mga estudyante sa paligid na nagkukumpulan at excited din pumasok sa mga kanya-kanyang classrooms. Nakatayo lang ako doon at naghihintay dahil alam kong pupuntahan 'yon ni Keith. Pero inabot ako ng ilang minuto doon na nakatayo. Nadadaanan na nga ako ng mga kaklase ko at hinihilang sumama sa kanila pero tumanggi ako, gusto ko makita si Keith at makipag chikahan.

Inilabas ko ang cellphone ko para tignan ang oras at pansin kong tatlong minuto na lang, time na. Kaya nag pasya akong huwag nalang hintayin si Keith baka hindi siya papasok o kaya hindi niya ako nakita. Naglakad na ako paalis at habang naglalakad, may biglang tumapik sa balikat ko. Naisip ko agad na si Keith 'yon kaya mabilis akong lumingon.

Pero, hindi! Isang hindi ko kilalang lalaki ang na sa likod ko ngayon. Matangkad ito, payat din, maayos ang style ng buhok niya at nakadagdag pa sa puntos ang malinis nitong yuniporme. Ganitong tipo ng lalaki sa basketball court mo lang makikita at cheni-cheer ng mga kababaihan.

What Happened?

"**S**INO KA?!"

"Anong sino ako? Si Keith 'to. SEE?"

Ipinakita ko kay Faye ang bracelet na ibinigay niya sa akin. 'Di ko naman akalain na magugulat siya sa pagbago ng aking katawan. Nung summer kasi naisipan ko talagang magpapayat pagkatapos na makita kong humihiyaw si Faye sa mga atleta ng school namin. Kinalulungkot kong 'di ako nakapunta ng maaga sa school. Paano ba naman kasi, nakalimutan kong mag set ng alarm kagabi. Nung nagpaalam na muna kami ni Faye sa isa't isa para pumasok sa aming mga classroom, pansin kong maraming nakatitig sa akin. Karamihan sa kanila mga kababaihan. Ewan ko nga kung merong dumi sa mukha ko. Nung pumasok na ako sa classroom, nakatitig din lahat ang mga kaklase ko sa akin. 'Di ko sila pinansin as usual kasi nahihiya parin ako. Habang nakaupo may tumapik sa aking balikat,

"Excuse me, bago ka dito?"

Nagtaka ako kung bakit niya yun naitanong. Kaya sinagot ko siya ng,

"Ay hi-hindi, ako 'to, si Keith— nag papayat lang ako during summer"

Biglang nag react lahat ng kaklase ko sa aking nasabi. 'Di sila makapaniwala sa bagong hulga ng aking pangagatawan. Nag silapitan nga ang mga kaklase ko sa akin at tanong sila ng tanong kung ano ang naging routine ko. Kaso dumating na ang teacher namin at nag sibalikan rin sila sa kanilang mga upuan. Napansin rin ako ng aming guro at napatanong kung sino ako. Gulat rin siya ng sinabi ko na ako si Keith. 'Di siguro madalas ginagawa ng mga estudyante ang magpapayat tuwing summer kasi halos lahat sila, pare-pareho ang reaksyon sa akin.

Nung nag ring na ang school bell para mag lunch break, nag sitakbuhan ang mga kaklase ko sa akin at pilit akong isama sa cafeteria,

"Keith! Baka wala kang kasabay sa pananghalian. Pwede ka sumama sa amin!"

"'Di na pwede! Sa amin na sasabay si Keith eh"

"Sinong nagsabi nun? Kami ang kasabay niya no!"

Medyo nakakapanibago ang mga kilos ng mga kaklase ko patungo sa akin. Nagpalitan sila ng mga salita para lang makasabay ako sa pagkainan. Pero sinagot ko silang may makakasabay ako. Kaya nagpaalam na muna sila sa akin at dumeretso sa cafeteria. Tulad ng naiba nilang kilos, umiba rin ang pagtingin nila sa akin. Lalo na ang mga babae. Kailangan ko ng paliwanag kung bakit ganon ang nangyayare at isang tao lang ang makakasagot nito. Umabang ako sa usual spot namin pero nung lumalakad ako patungo doon, maraming nagtatawag sa akin ng, "Kuya, Psst, Huy pogi" at kung ano pa. Medyo naprapraning nga ako eh. Habang nag aantay kay Faye, may grupong lumapit sa akin,

"Hi Pogi"

Tumingin ako sa paligid ko para maniguradong 'di ako ang sinasabihan. Pero nung mga sandaling yun, ako lang ang na sa pwesto,

"Ako po ba?"

"Abay ikaw lang naman ang nakita kong gwapo dito sa campus natin eh, so to answer your question, YES"

"Ay ganun po ba? Thank you po"

"I'm Cassandra by the way and these are my friends"

"Hello po sa inyong lahat"

"Ang galang galang mo naman at ang gwapo mo pa in fairness"

Medyo nahihiya akong makipag usap sa kanila at lalo na kay Cassandra. 'Di ko pa siya namumukhaan dito sa aming campus. Kaya napatanong ako,

"Ah Cassandra, pwede po bang tumanong?"

"Single ako? Yes hehehehehe"

"Ay hindi po. 'Di ko pa kasi kayo namumukhaan eh, bago po ba kayo dito?"

"Akala ko kung ano na, ikaw talaga. Yes, transferee kami dito ng mga friends ko and looks like naging worth it ang pag transfer namin dahil sa'yo!"

Naiilang ako sa sinasabi ni Cassandra. Gusto ko na sanang umalis dahil ang tagal dumating ni Faye kaso pinigilan niya ako para kausapin,

"Excuse me po—" malumanay kong sinabi,

"SAGLIT LANG! 'Di pa tayo tapos! Bakit ka kasi nag iisa dito?"

"May inaantay po kasi akong kaibigan"

"Lalake din ba? bet ko pogi rin yun, right girls? Hehehe"

"Babae po, pangalan niya si Faye. Dito po kasi ang usual spot naming dalawa tuwing tanghalian"

Nawala ang tuwa sa mukha ni Cassandra nung nabangit ko ang pangalan ni Faye. Habang ang mga kasamahan niya naman nagsibulungan sa isa't isa. Napatanong rin siya kung bakit ko siya hinihintay,

"Ang weird naman ng meet up place niyong dalawa. Wala man lang ka class class"

"Dito po kasi kaming dalawa madalas mag usap, kain at mag kwentuhan. Nakasanayan na rin po namin"

"Ganon ba? kung ako sa'yo, sumama ka na lang sa amin. Meron kaming mas magandang pwesto, mas maganda pa rito"

FAYE P.O.V

Natapos ko na rin ang pagpasa ng mga requirements sa teachers ko. Halos lahat kasi sila merong pinagawa sa amin ng mga kaklase ko. Agad ko namang naalala si

Keith, pero sigurado naman akong nandun lang yung sa usual spot naming dalawa. Kanina pa 'yon nag aantay sa akin. Kaya dali dali kong kinuha ang aking gamit at tumakbo. Nung palapit na ako sa pwesto namin, pansin kong may mga grupo ng kababaihan ang kumakausap kay Keith. Nakinig ako ng panandalian sa pinaguusapan nila. Pansin ko sa boses ni Keith na parang kinakabahan siya. 'Di ko na pinatagal ang paninilip at agad na akong pumasok sa kanilang pinag uusapan.

KEITH P.O.V

Habang pinipilit ako nila Cassandra na sumama sa kanila, biglang dumating si Faye,

"Keith? Anong meron?"

"Faye!" Tumayo ako at lumapit sa tabi niya,

"Ano kasi, napadaan lang sila at napatanong"

"Ah ganon ba? mukhang ginagamit nila yung pwesto natin, pwede namang sa iba na muna tayo"

"Pwede naman—"

Habang paalis kami, sinigaw ni Cassandra ang pangalan ko at sinabing,

"Hindi kami tatambay dito, aalis na kami kung gusto mo. Baka magagalit yung isa diyan! Well, bye Keith. We'll see you later hehehe"

Nung umalis sila Cassandra, ramdam ko na lumuwag ang aking pakiramdam. Nawala yung kaba na nararamdaman ko kanina habang kinakausap ko sila. Tinanong ko rin si Faye kung bakit siya natagalan sa pag dating. Kung kanina pa sana siya rito, sigurado akong 'di ako linapitan nila Cassandra. Ipinaliwanag niya sa akin na ang dami niyang ipinasa na requirements kaya siya natagalan. Napatanong rin siya kung sino sila Cassandra. Sinabi kong bago lang sila sa campus namin at mga transferee sila. Pinaliwanag ko rin na bigla na lang lumapit ang grupo niya sa akin at kinausap ako.

CASSANDRA P.O.V

"Girls, mukhang may kakompetensiya tayo. Mapapalaban tayo this time around hahahaha"

Kung gusto kong mapasakin si Keith, kailangan ko na muna alisin ang alaga niyang kuto. Akala mo kung sino makaasta. Pero sa ganda kong ito, 'di malabong madali lang mahulog ang loob ni Keith sa akin. Kailangan ko lang kunin ang atensyon niya sa tuwing nagkakasalubong kami. Nagkamali ang Faye na yan sa pagpili ng kalaban. 'Di pa dito nagtatapos ang pagkikita namin ni Keith. Humanda ka sa isang matinding labanan Faye.

KEITH P.O.V

"Alam mo ba kung gaano ako ka 'di komporable kanina?"

"Sorry na nga eh, 'di ko naman sinasadya—"

"Basta promise mong dumating ng maaga next time ha? Ayaw ko maulit yung nangyare sa akin"

"Ikaw naman, ngayon lang naman 'to promise"

Uminahon ako. Habang kinukuha ang aking makain, titig lang ng titig si Faye sa akin. Kaya tinanong ko siya kung bakit,

"Hellooo Faye?"

"Sorry sorry"

"Meron bang nakadikit sa itsura ko? Marami na kasing tumititig eh"

"Sa tingin ko hindi dumi ang dahilan"

"Ano pala?"

"Keith, biglang bumago ang itsura mo like isa kang modelo tignan"

"Ako?! Modelo?! HAHAHAHA lakas mo maka joke ah"

"Seryoso ako! Tignan mo ang sarili mo sa salamin. Umayos ang buhok mo, pumayat ka, mas malinis ang uniform and nawala na ang salamin mo!"

"Pangit ba?"

"Anong pangit?! Ang gwapo mo na kaya tign—"

"Uy uy uy, ano yun? Gwapo ako?"

"O dahan dahan, wag mo masyadong damdamin"

Unang beses kong maasar si Faye ng ganon. Namumula pa nga ang itsura niya kung ginagawa ko eh.

Mukhang gumana na nga talaga ang plano kong makuha ang pagtingin niya. Sigurado akong 'di na siya hihiyaw sa ibang kalalakihan. Pero mukhang pati ang ibang kababaihan, 'di narin hihiyaw sa iba dahil sa akin.

Where Are You?

"Kwento mo nga sa akin Keith kung ano ang naging paraan mo sa pagpapayat. Naninibago parin kasi ako pag tumitingin ako sa'yo eh."

Gusto ko sanang i kwento lahat kay Faye ang nangyari sa akin nung summer. Ang kaso malalaman niyang mayaman ako. Habang na sa bakasyon, nag simula ako ng diet routine ko and exercise. Nag simula ako sa mababaw. From jumping jacks to sit ups. Isang linggo matapos ang unang ehersisyo ko, napag desisyonan kong kailangan ko pa itulak ang aking sarili kung gusto ko talagang pumayat ng mabilisan. Napag isipan kong mag pabili kay mommy at daddy ng gym set nung mga sandaling yun. 'Di sila nag dalawang isip mag sabi ng "oo."

Nung dumating na ang mga kagamitan para sa pagpapayat ko, pansin kong nawawalan ako ng gana minsan dahil madalas na ako lang mag isa ang gumagamit nito. Si daddy kasi madalas na sa trabaho, pareho sila ni mommy. Si manong Henry naman, sabihin nating 'di niya hilig ang mag ehersisyo. Habang sa kalagitnaan ng pag si-sit up ko, napansin kong hirap ako mag bangon. Doon ko namalayan na kailangan ka talaga ng dalawang tao minsan pag dating sa pag eehersisyo. Kaya agad kong naalala si Spencer. Dali dali ko siyang tinawagan at pinapunta sa bahay. Nung dumating siya, laking gulat niyang puno ako ng pawis,

"KEITH! NANDITO NA AKO!" sigaw niya habang na sa labas ng gate,

"Saglit lang!" tumakbo ako patungo sa gate at binuksan,

"Keith?! Para kang nakipag away sa manok! Bakit pawis na pawis ka?"

"Pumasok ka na muna!"

"Woah! May gym set na pala kayo ngayon? Wait! Ikaw ba ang nag wo-work out?!"

"Oo"

"Bakit mo naman naisipang mag work out?"

"Basta mag papaliwanag ako, basta sabayan mo ako sa pag ehersisyo"

"Sige na nga"

Simula nung araw na yun, naging madalas ang pag ehersisyo namin ng sabay ni Spencer. Sa tuwing katapusan ng linggo, sinisilip ko ang aking timbang. Pansin kong pababa ito ng pababa. Naging parte narin ng pag ehersisyo namin ang pag jo-jogging sa madaling araw. Ipinakita ko nga sa kanya ang paboritong lugar ni Faye. 'Di niya maiwasang mamangha. Habang nakaupo kami sa bangko dalawa, tinanong niya ako kung bakit ko nga ba naisipan gawin 'to,

"Keith"

"Yep?"

"Alam ko namang alam mo na gumaganda na ang katawan mo"

"Oo nga, ang bilis lang nga eh hahahaha"

"Ngayon ang tanong ko, bakit mo ba 'to ginawa?"

"Bakit mo naman natanong?"

"Keith, unang beses kong nalaman na mayaman ka, ni isang pang exercise na gamit wala ka. Sigurado akong may nag udyok sa'yo nito eh"

"Gusto mo ba talaga malaman?"

"Oo naman"

"Paano kasi si Faye, during foundation day sa school. Hiyaw siya ng hiyaw sa mga lalakeng atleta. Yung mga lalakeng yun, ang gaganda ng katawan. Siguro yun ang naging dahilan ko para magbawas ng timbang, para 'di na mapunta ang atensyon ni Faye sa iba"

"Ahh nagselos ka ganon?"

"Well, 'di naman na selos na selos kasi 'di ko naman jowa si Faye—"

"Pero gusto mo ba siya?"

'Di ako nakaimik sa tanong ni Spencer. Ramdam kong bumilis rin ang tibok ng aking puso at namumula ang aking mga pisngi. Gusto ko sanang baguhin ang usapan pero nag bigay ng payo si Spencer sa akin,

"Keith, kung gusto ka ni Faye, 'di niya kailangang baguhin ang pagkatao mo. Kasi mas malaki ang chance na mahuhulog lang siya sa personality mo. 'Di ko naman sinasabi na mali 'tong ginawa nating magbawas, ang akin lang, 'di mo kailangan pahirapan ang sarili mo para lang maipakita mo na mahal ang isang tao. Yung totoong ikaw lang, sapat na"

Wala akong masabi sa sinabi ni Spencer. Alam kong tama siya pero nandito na ako sa puntong nakapagbawas na ako ng timbang. There's no going back now. Umaasa ako magiging mabuti parin ang lahat pagkatapos na makita ni Faye ang bagong ako. Binago ko rin ang aking gupit, napag desisyonan ko ring alisin na ang aking salamin. Pero isang bagay lang ang 'di ko kayang alisin, yun ang personality kong mahiyain.

Pero base sa naging reaksyon ni Faye habang nag uusap kami. Mukhang tangap niya naman ang bagong ako. Pero ang 'di ko akalaing mangyare ay ang makuha ang atensyon ng ibang tao sa school. Pagdating ng hapon, namaalam na muna si Faye sa akin kasi merong magaganap na meeting ang club nila. Isa siyang active member kaya 'di pwedeng 'di siya a-attend. Sinabi kong aantayin ko siya sa usual spot namin. Habang nakaupo at nag aantay, may tumapik sa aking balikat. Paglingon ko, nakita ko si Cassandra at ang grupo niya,

"Hi Keith, mukhang nag iisa ka nanaman dito"

"Oo nga eh, inaantay ko kasing matapos ang meeting nila Faye sa club nila"

"Ganon ba? ayaw mo bang sumabay na lang sa amin umuwi? Hehehe"

"Okay lang po ako dito"

"Alam mo Keith, Sorry, okay? Alam kong pangit ang first impressions ko sa'yo nung una. Gusto kong bumawe"

"'Di mo na po kailangan yan gawin"

"I insist, sa sabado may party na magaganap sa apartment ko. I personally invite you to come. Para naman mag ka proper introduction tayo sa isa't isa pati narin sa mga kasama ko"

"Sorry pero—"

"Please Keith, gusto ko lang bumawe"

"Si-sige subukan ko pong makapunta—"

"YEY! So, eto ang address ng location"

Inabot niya sa akin ang isang papel na may nakasulat na lokasyon ng lugar kung saan magaganap ang "party" na sinasabi niya,

"'Di na kami tatagal Keith, magkita na lang tayo sa sabado ha! Can't wait to see you" nakangiti niyang sinabi sa akin,

Nag da-dalawang isip ako sa pagpunta pero kung totoong makipagusap lang si Cassandra at humingi ng paumanhin sa pangyayare, mukhang 'di naman masama makinig. Habang nakatingin sa papel na binigay ni Cassandra, biglang dumating si Faye,

"Keith?"

"Ahhh FAYE! Nandito ka na pala" Agad kong tinago sa aking bulsa ang papel na ibinigay ni Cassandra sa akin.

"Natapos na pala yung meeting ng club namin"

"Ah ganon ba? gusto mo bang umuwi na tayo"

"Sige sige—"

Habang na sa bus, napapaisip ako ng malalim para sa magaganap sa sabado. Umaasa ako na walang mangyare na masama sa akin. 'Di ko pa pinagkakatiwalaan ng buo si Cassandra at ang grupo niya. Pero base sa pakikipag usap niya sa akin kanina, mukhang tapat naman siya sa kanyang sinabi. Pansin ni Faye ang pagiging tahimik ko sa byahe, kaya 'di niya maiwasang mag tanong sa akin,

"Huy Keith! Okay ka lang?"

"Ha? Okay lang ako"

"Mukhang hindi eh, parang nag zo-zone out ka nanaman eh"

"Paano mo naman nasabi?"

"Tulala ka"

"May iniisip lang ako, pero wag kang mag alala"

'Di ko kayang sabihin kay Faye na merong magaganap sa sabado. Sigurado akong 'di maganda ang magiging reaksyon niya pag nalaman niya.

Dumating ang sabado, humanap ako ng masusuot kasi ayaw ko namang mag mukhang tanga sa harap nila Cassandra. Nung nakarating ako sa lugar na sinabi niya.

Tingin ako ng tingin sa paligid ko para hanapin ang apartment. May mga dumaang tao, isa isa ko silang tinanong kung saan ang apartment na sinabi ni Cassandra. Wala ni isang nakaturo sa akin kung saan. Humanap ako ng pwedeng mapagantayan. Nakakita ako ng tindahan, at naisipan kong antayin na dumaan si Cassandra o iba sa mga kagrupo niya. Bumili ako ng mainom at makain. Dumaan ang ilang minuto, wala parin akong nakikita na anino ni Cassandra. Napagisipan kong umuwi na lang sana pero sumasabi yung konsensiya ko na hindi dahil kailangan kong ayusin kung ano man ang naging 'di pag kakaunawaan namin ni Cassandra sa isa't isa. Kaya pinagbigyan ko ang panahon at umantay pa ako ng ilang minuto.

Habang tumitingin sa paligid, namataan kong ilan sa grupo ni Cassandra ang lumalakad patungo sa isang building. Sinundan ko sila ng tahimik. Habang naglalakad, pansin ko ring palayo kami ng palayo sa nasabing lugar ni Cassandra. Kaya naisip kong mali ang lokasyon na naisulat niya sa papel. Nung dumating na kami sa pwesto, nag aantay sila sa labas ng isang pinto. Doon lumabas si Cassandra. Lalapit na sana ako kaso may biglang humatak sa aking likod.

Please Don't

"Hali ka nga dito!"

"Sino ka!" Sigaw ko habang nakatakip ang kamay ng dumukot sa akin sa aking bibig.

Paglingon ko, nagulat akong si Faye ang aking nakita. Agad ko naman siyang tinanong kung paano niya ako nasundan,

"FAYE?! Paano mo nalaman na dito ako pupunta?" Pabulong ko na sinabi sa kanya,

"Narinig ko yung usapan niyo nila Cassandra nung nakaraang araw. 'Di lang ako sumapaw habang nag uusap kayo. Inaantay ko ngang sabihin mo sa akin na ganito ang gagawin mo eh"

"Mag uusap lang naman kami patungkol sa pag trato niya sa akin nung unang beses kami nag kita"

"WALA AKONG TIWALA SA KANILA! Keith please tara na, umalis na tayo dito"

Hinila ako papalayo ni Faye sa building kung saan nagaganap ang party ni Cassandra. Nag matigas ako at inalis ang kamay niya sa aking braso. Nag titigan kami, kita ko sa mga mata niyang galit na galit siya. Agad ako humingi ng pasensya. Pinaalam ko kay Faye na mabuti ang lahat at walang mangyareng masama. Uusap lang naman kami ni Cassandra. Pero pilit niya akong kinukumbinse na hindi tumuloy,

"KEITH! Maniwala ka sa akin! Hindi maganda ang kutob ko sa mga taong yan!"

"Faye, grabe ka—"

"Anong grabe?! Ginagawa ko 'to para sa'yo!"

"Diba sabi mo sa akin, tutulungan mo ako magkaroon ng kaibigan? Bakit mas mukhang pinipigilan mo ako?"

"Pero Keith—nandito naman ako ah"

"'DI PA YUN SAPAT!"

Tumahimik ang paligid. Natulala ako. Natulala si Faye. Tumitig ako sa mga mata niya, nakita kong dahan dahang tumutulo ang luha. 'Di ko alam kung bakit ko yun nasabi. Lumapit ako kay Faye para humingi ng tawad kaso biglang dumating si Cassandra at ang grupo niya,

"Uy Keith nandito ka na pala—at bakit nandito yan? Diba sabi ko ikaw lang ang personal kong inimbita na pumunta dito"

"Hindi, kinausap niya lang naman ako ng panandalian"

"Well, ano pa ang inaantay niya?"

"Faye—"

Lumapit ako sa kanya kaso bigla siyang umalis. Sinisigaw ko ang kanyang pangalan pero 'di na siya lumingon. Lumapit sa akin si Cassandra at sinabing,

"Keith, kalimutan mo na yung kaibigan mo. 'Di ka niya naiintindihan. Wag kang mag alala nandito naman ako"

"Ikaw?"

"Pati ng friends ko, see? 'Di ka nag iisa. Kaya tara, nandun sa loob ang party"

FAYE P.O.V

Sobrang sakit. Pakiramdam ko unti-unting napupunit ang dibdib ko. Hindi siya si Keith! Hindi siya si Keith na kilala ko, ibang-iba siya. Kasabay ng pagsakit ng dibdib ko ang pagbuhos ng hindi ko mapigilang luha. Takbo ako ng takbo papalayo sa lugar na 'yon at gusto kong umiyak ng umiyak.

Gusto kong ibuhos lahat sa luha ang sakit na tila pinupunit pati diwa ko. Ngayon lang ako nakaramdam ng ganito, ngayon ko lang din naranasang mataboy ng isang importanteng tao sa buhay ko. Kaya ba sobrang sakit? Kaya ba? sobrang naapektohan ang dibdib ko at buong ako dahil—

Napasinghot ako saka napahinto sa pagtakbo, sobrang bilis ng tibok ng aking puso nung mga oras na yun. Humanap ako ng masasakyan habang pinupunas ko parin ang mga luha ko at pinipigilang ko talagang hindi humikbi ng malakas. Huminto naman ang isang tricycle sa harap ko kaya kaagad akong sumakay. Habang na sa loob ako ng tricycle hindi ko parin mapigilan ang luha ko kaya paminsan-minsang sumusulyap ang matandang driver sa akin. Ang sakit kasi, hindi ko akalain na magagawa ni Keith 'yon, hindi naman ganun si Keith eh. Hindi ko naman intensyon na ipagdamot siya sa ibang tao dahil karapatan niyang magkaroon ng kaibigan gaya ng gusto niya. Pero hindi ang grupong 'yon kasi hindi makakabuti sa kanya. Masama ang kutob ko sa Cassandra na 'yan, hindi siya makakabuti kay Keith. Sa mga kilos palang ng babae na 'yon ibang-iba na ang dating.

Pagkatapos ng ilang minuto nakarating narin ako sa bahay namin na parang lantang gulay. Nakasalubong ko pa nga si papa na patungo sa bukid, nag-aalala ang itsura ni papa ng makita ako, kaya pilit kong iniiwas ang mukha ko na makita niya.

"Faye? May sakit ka ba?" inilagay pa niya ang mga palad niya sa may braso ko at sa leeg ko,

"Ma-masama lang pakiramdam ko papa" ayoko mag alala ang magulang ko ng sobra. Kaya itinago ko sa kanila ang katotohanan,

"Oh! Sige pumasok ka sa loob magpahinga ka muna" tumango ako kay papa saka ako pumasok sa loob at patakbong dumeretso sa kwarto ko. Nadaanan ko si mama sa may kusina kanina pero hindi ko siya pinansin, ayoko na magalala siya. Humiga ako sa kama ko saka siniksik ang mukha ko sa may unan at nagsimulang humikbi. Paulit-ulit bumabalik sa alaala ko ang nangyari kanina. Paulit-ulit ko rin sinasabi sa utak ko na hindi 'yon si Keith. Kahit nagbago paman ang pisikal niyang pangagatawan, kahit naging gwapo na siya at payat, alam kong hindi parin niya kayang gawin 'yon.

Pero bakit? Bakit ang sakit? Bakit kailangan ko maramdaman 'to? Sa totoo lang, magkaibingan nga lang kami. Hindi naman dapat ganito ang epekto eh! Pero bakit kahit anong isipin kong makakapagkalma sa dibdib ko wala parin epekto, masakit parin talaga. Sumasakit na tila ba pinupunit ito. Inilagay ko ang kamay ko sa aking dibdib, saka ko hinahaplos ng dahan-dahan para mabawasan ang kirot habang humihikbi.

"Faye? Anak? Gusto mo ba kumain?" boses 'yon ni mama sa may pintuan, hindi ako agad nakasagot dahil alam kong malalaman niyang umiiyak ako. Pinilit kong mapatigil ang pag-iyak bago ako sumagot.

"Ma-maya p-po," nanginginig kong tugon. Nakalimutan kong mag lock ng pintuan kaya bigla nalang pumasok si mama, naramdaman kong umopo siya sa may kama ko,

"Ano ba nararamdaman mo?" aniya,

"W-wala po ito Mama siguro s-sa panahon lang" pagpapalusot ko pero nakasiksik parin ang aking mukha sa unan dahil ayoko na malaman niyang umiiyak ako. Pinipilit ko rin hindi masinok ng mga oras na 'yon,

"Ganon ba, sige magpahinga ka muna diyan. Pero Faye, anak! Kung may problema ka sabihin mo sa amin ng papa mo ha. Nandito lang naman kami" hinagod pa ni mama ang likod ko habang ako naman ay pilit itinatago ang mukha sa unan,

"O-opo" agad rin naman siyang umalis kaya agad akong bumangon at pinunasan ang luha ko.

Hindi dapat ako maapektohan, hindi ko kailangan isipin kung ano man ang nangyari kanina. Simple lang naman 'yon eh, kung itinaboy ka na ng isang tao, wala ng dahilan pa para ipilit ang sarili mo sa kanila. Hindi mo kailangan isiksik at pakialaman pa ang galaw o kilos nila. Kung sa tingin mo maling landas ang tinatahak nila, then that's your perspective hindi sa kanila, 'di ba Faye?! Dahil sila lang din ang nakakaalam sa kung ano man ang tama sa sarili nila o mali. Ngayon na hindi sumunod sa akin si Keith, maaaring tama siya o tama ako.

Pero ako talaga ang tama. Hindi sa babae ako pero alam kong isang impakta ang babae na 'yon. Sa oras na malaman kong tama ako ng inaakala hindi ako magdadalawang isip na balatan ng buhay ang babae na 'yan, ahas, bitch! Kahit may venom pa siya wala akong pakialam.

Buong araw wala akong nagawa sa bahay, na sa kwarto lang ako nagmumukmok at paminsan-minsang umiiyak dahil nanakit parin ang dibdib ko kahit pa sinasabi ko sa sarili kong tama na at lalayo na ako kay Keith. Kinakamusta rin ako ni mama at papa, alam ko na nanibago sila sa akin buong araw. Pero pinilit ko parin na maging maayos sa harap nila kahit alam kong hindi naman talaga maayos ang nararamdaman ko.

Kinabukasan, Monday na, may pasok na naman. Pero sa pagkakataong ito wala ng Keith sa buhay ko. Kung mas pipiliin niyang sumama sa grupo ni Cassandra, senyas na yun para piliin ko na lang na lumayo sa kanya kahit masakit sa akin. Hindi ko alam bakit sumasakit ang dibdib ko sa tuwing naaalala ko na halos ipagtabuyan na niya ako doon sa party nong Cassandra eh! Wala naman akong intensyong masama sa kanya.

Habang na sa bus ako, wala ako sa sarili habang nakatingin ako sa labas ng bintana. Maganda ang sikat ng araw ngayon kaya alam kong uulan mamaya, ganito kasi ang panahon kapag sobrang init ng araw sa tanghali maaaring uulan sa hapon.

Pagdating sa paaralan hindi ko maiwasang hindi tumingin sa paligid baka kasi makasalubong ko si Keith, pero hanggang sa building ng senior high wala akong nakasalubong ni anino niya. Kaya huminto ako sa hallway papasok sa classroom namin kung saan na sa tapat ako ng classroom ni Keith. Napansin ko na wala din siya doon kaya dumeretso na ako. Buong klase hindi ko parin maiwasang hindi siya isipin. Nakatulala nga lang ako at kahit tinatanong ako ng aking mga kaklase, hindi ako nakakasagot.

"Faye, may quiz daw bukas sa statistics and probability"

"Oy! Faye, may group kana ba sa Contemporary World?"

"Faye, ano nga sagot sa $y4+(976)y3$?"

"6 ba sagot sa 32, Faye?"

"FAYE!"

Bigla akong natauhan, "Ha? Bakit sino?" napatayo pa nga ako. Kaya nong tinitigan ko sila pansin kong nakatitig lang din sila sa akin,

"Ayos ka lang ba?"

"Hindi, kailangan ko muna lumabas may kukunin lang ako sa ibang section" kaagad kong sagot sa kanila bago ako lumalabas sa klase. Nagkunwaring may kukunin ako sa ibang section pero ang totoo, sisilipin ko ang classroom ni Keith. Pero sa tuwing sinisilip ko ang classroom nila, wala parin siya doon, hindi kaya siya pumasok? Ano kaya nangyari sa kanya? Hindi ko nga alam kung bakit ko siya inaalala.

"Tigas talaga ng ulo mo Faye, sabi ng hayaan mo na siya" pagpapaalala ko sa sarili ko bago bumalik sa klase. Pagkatapos ng Basic Calculus namin sa tanghali, finally lunch na. Gusto ko sana puntahan muli ang classroom nila Keith pero naalala kong hindi ko na pala siya pwedeng kaibiganin. Naglalakad ako papunta sa usual spot namin at malayo palang ako, kitang-kita ko na walang tao roon. Kaya hindi na ako tumuloy.

Wala talaga siya ngayong araw, baka naman nag enjoy pa sila ni Cassandra. Baka nga tuwang-tuwa na si Keith. Malay ko mas comfortable na siya kay Cassandra, kaya nga niya ako tinaboy doon sa party, 'di ba?

Hanggang maghapon wala parin akong kagana-gana sa buhay at paulit-ulit lang ang ginagawa ko, pasimple na sumisilip sa classroom nila. Pero sa bawat silip ko, wala parin siya doon, hanggang sa pag-uwian. Hindi ko rin siya nakita na dumaan sa gate sa likod ng school. Inisip ko rin na baka tinatataguan niya lang ako. Pero hindi ko talaga siya nakita pati sa pagsakay ng bus. Solo ko lang din ang upuan kung saan madalas kaming nakapwesto.

Ano kaya nangyari sa kanya? Maayos pa ba siya? Bakit ko ba siya inaalala? Huminga ako ng malalim at tumingin sa bintana ng bus. Mukhang tama ang sinabi ko kaninang umaga, tila yata kasama ko rin ang panahon sa lungkot ko ngayong araw dahil ang langit ay dumidilim na at anumang oras bubuhos na ang malakas na ulan.

Buong biyahe sa bus nakatingin lang ako sa bintana hanggang sa makarating ako sa bahay at pasalamat akong bago umulan ng malakas, nakauwi na ako. Tulad kahapon dumeretso ako sa kwarto ko at nagmukmok, 'buti nalang wala kaming assignments dahil nasisiguro kong hindi ko 'yon magagawa. Paminsan-minsan ko rin sinisilip ang cellphone ko baka kasi may tumawag o may nag text man lang mula sa kanya, kaso wala.

I'm Here Now

Kinabukasan, hindi ko parin nakita kahit anino ni Keith sa school. Nakakaramdam na ako ng pag-aalala sa kanya kahit pa nakapag desisyon na ako na kalimutan ang pagkakaibigan namin. Pero hindi ko parin maiwasang maisip kung nasaan na siya. Hanggang maghapon wala parin si Keith sa paaralan. Kaya gaya ng kahapon, solo ko parin ang upuan sa bus nung uwian.

Paulit-ulit lang ang pangyayari sa mga sumunod na araw. Pero nung Wednesday, iba na talaga ang aking nararamdaman. Hindi na mapakali ang utak ko pati ang puso ko. Kaya gaya ng ginagawa ko, pasimple kong sinisilip ang classroom niya. Mas naging madalas ang pagsilip ko, 'di katulad nung una na paminsan minsan lang. Kaya mas lalong gumugulo ang utak ko. Tatlong araw na siyang wala. Hindi naman niya gawaing hindi pumasok. Pusible bang may sakit siya? Bakit ko pa ba kasi siya inaalala.

Nung uwian mas lalo akong nawawala sa sarili, hindi ko na nga pinapansin ang mga estudyanteng nakakabangga sa akin palabas ng gate.

"Ay! Sorry miss"

"Hala, ate! Nadumihan ko ang uniform mo, sorryyyy!"

"Teh! Ayos ka lang?" nag patuloy ako sa paglalakad na parang walang tao sa paligid ko hanggang sa makarating ako sa terminal ng bus.

Thursday, matigas talaga ang ulo ko, kasi kahit anong pigil ko sa sarili ko na tama na, hinahanap-hanap ko parin siya. Habang siya naman ang kabaliktaran ng aksyon ko. Hanap ko siya ng hanap, siya naman iwas ng iwas. Tulad ngayon, na sa classroom na naman ako ni Keith, pero hindi tulad ng dati na pasilip-silip lang ako. Ngayon lakas loob ko ng tinatanong ang mga kaklase niya,

"Pumasok ba si Keith?" tanong ko,

"Ilang araw na siyang hindi pumasok" sagot ng mga kaklase niya na nagbigay kaba sa dibdib ko,

"Hindi ba siya nakapag bigay ng excuse letter?" umiling ang mga kaklase niya,

"Hindi nga namin alam bakit tatlong araw na siyang wala. Nagtataka na nga rin kami eh"

"Sige salamat—" umalis akong may bigat sa dibdib ko. Nagsimula na akong mag alala sa kanya hanggang sa pag uwian. Hanggang sa pagsakay ng bus siya lang ang inaalala ko. Hawak-hawak ko pa ang cellphone ko at nagdadalawang isip na tawagan siya o i-text man lang pero hindi ko kaya. Masakit pa rin sa akin ang nangyari doon sa party ni Cassandra, pero hindi ko parin maiwasang hindi magalala sa kanya.

Friday, ganon parin ang nangyari tulad sa mga nakalipas na araw. Wala si Keith at ito na ang panglimang araw niyang wala sa klase at wala man lang siyang binilin na excuse letter. Sobrang nanghihina ang tuhod ko nung uwian na, iniisip ko parin siya. Ang daming pumapasok sa utak ko na mas lalong nagpapakaba sa akin. Ayokong isipin na may masamang nangyari sa kanya dahil kay Cassandra. Dahil hindi ako mag dadalawang isip na saktan ang babae na 'yon.

Habang naglalakad ako na parang lanta na gulay palabas ng gate, may kasabay akong dalawang estudyante. 'Di ko maiwasan madinig ang kanilang pinag uusapan habang may hawak silang cellphone,

"Grabe 'tong ginawa niya, nakakahiya sa paaralan natin" kumunot ang noo ko kaya nagtanong ako,

"Ano ba 'yan?" tumingin sila sa akin,

"Yong viral ng isang lalaking estudyante sa campus natin, hindi mo pa ba alam 'yon? Kalat na kalat na sa buong campus"

Na-curious ako at sinilip 'yong pinapanuod nila. Noong una kumunot lang noo ko pero nang narealize ko kung sino 'yung lalaki na nasa video na pinapanood nila, biglang nawarak ang buong diwa ko. Mula sa lantang gulay, bigla ako nabuhayan ng loob dahil sa gulat at kaba. Inagaw ko 'yong cellphone nila at sinuring mabuti ang video.

"Ano ba! Amin na 'yan!" sigaw ng estudyante. Pero nung sinuri ko ng mabuti ang video, si Keith nga talaga,

"Hoy! Akin na nga yan!" binigay ko ang cellphone nila saka ako tumakbo. Hindi ko maintindihan ang emosyon na nararamdaman ko, naninikip ang dibdib ko at nanakit.

Sinasabi ko na nga ba, 'yang Cassandra na 'yan hindi talaga mabuting babae, napaka walang hiya niya.

Hindi, hindi pwedeng hindi ko makausap si Keith, kaya kinuha ko ang cellphone ko at tumawag sa number niya pero walang sumasagot. Mas lalong nanikip ang dibdib ko.

"Keith please sagutin mo naman!" ilang beses ko siyang tinawagan pero wala paring sumasagot. Hanggang sa bus, sa bahay, halos mapuyat na nga ako sa pag-aalala sa kanya.

Umaga ng sabado. Tinatawagan ko parin ang cellphone niya pero ni isang sagot wala akong natatanggap. Sobra na akong nagaalala. Kung tatawagan ko lang siya, sigurado akong aabutin ako ng ilang araw sa kakaantay ng sagot niya. Ayoko ng ganitong pakiramdam, baka ikamatay ko ang paninikip ng dibdib ko at sobrang pag aalala sa kanya. Kaya naisipan kong hanapin siya sa mga lugar na pinuntahan namin dati. Mula sa bentahan ng street foods papunta sa bentahan ng banana-cue. Pero sa dalawang lugar na 'yon, ni anino niya hindi ko nakita. Hanggang sa pag-uwi ko ng bahay, si Keith lang ang na sa utak ko. Nagaalala narin ang parents ko sa nangyayari sa akin lalong-lalo na si mama na nakaabang sa pintuan.

"Anak, Faye? Ayos ka lang ba? Mukhang pagod ka" hindi ko man lang napansin na puno na ako ng pawis. Agad naman pinunasan ni mama ang pawis ko pero ang hindi niya lang alam, ang tubig sa gilid ng magkabila kong mata ay hindi pawis, kundi luha.

"Napagod lang ako ma! meron kasi akong kailangan hanapin" naintindihan naman 'yon ni mama,

"Oh, sige basta sa susunod 'wag ka sobrang nagpapagod dahil mag kakasakit ka niyan" pakiramdam ko nga may sakit na ako eh,

"Opo mama—"

Pumasok ako agad sa kwarto at dali daling kinuha ang cellphone ko saka nag spam ng message sa number niya,

"Kung saan ka man ngayon, sana mag paramdam ka"

Pagkatapos ko mapadala ang mensahe sa kanya, nanghihinang napaupo ako sa may kama ko,

"Keith, ano ka ba! Magparamdam ka naman" Binubulong ko sa sarili habang 'di ko napapansin na tumutulo na naman ang mga luha ko, bakit ba siya ganyan? Hindi na ba ako parte ng buhay niya? Ganon ganon lang? Tapos malaman laman kong nag viral na siya. Bwesit talaga 'yang Cassandra na 'yan.

Buong hapon ng sabado naghihintay lang ako sa reply niya kaso wala parin. Halos malipasan na nga ako ng gutom kakahintay, nakatulog na nga ako na hawak-hawak pa ang cellphone ko.

Dahil sa paghihintay sa reply ni Keith naisipan kong mag lakad-lakad para makapag isip ng mabuti. Habang naglalakad, nakita ko si Cassandra at ang grupo niya, kaya 'di ako nag dalawang isip na lumpit at magtanong,

"HOY CASSANDRA!"

"OMG! Wala ka bang respeto?"

"Gusto mo bigyan kita ng respeto matapos kitang masapak! NASAN SI KEITH?!"

"Woah kalma ka lang girl! Wala na rin kaming balita sa kanya no"

"IKAW ANG HULING NAKAUSAP NIYA! Pag nalaman kong may kinalaman ka sa pagkawala niya, humanda ka talaga sa akin!"

Kinaumagahan ng linggo, sobrang nanghihina na ang kalooban ko sa pag-aalala. Pakiramdam ko magkakasakit na ako ng tuluyan sa nangyayari. Wala parin akong na rerecieved na message o tawag mula kay Keith na mas lalong nagpa-stress sa akin. Sobrang down na down ang pakiramdam ko, minsan naiiyak na rin ako nang hindi ko alam. Sobrang nag-aalala ako sa kanya. Habang lumilipas ang minutong na sa kwarto lang ako, walang ibang pumapasok sa utak ko kundi si Keith lang. Kaya yun ang dahilan bakit mas lalong sumisikip ang dibdib ko.

Habang na sa kwarto lang ako mas lalong nanghihina ang aking kalooban kaya naman naisipan kong pumunta sa lugar kung saan kumakalma ako. Nagsuot ako ng jacket saka ako lumabas ng kwarto ko at nagpaalam kay mama.

Habang naglalakad ako papunta doon bagsak parin ako, sobrang bagsak. Hindi ko na rin maintindihan kung bakit ganito ang epekto ni Keith sa akin. Mas sobra pa 'tong nararamdaman ko para kay Keith kumpara sa babagsak ako sa exam. Kasi hindi lang sa utak si Keith nakaapekto, pati narin ang dibdib at sa pisikal na pangangatawan ko.

Nung malapit na ako sa paborito kong lugar, nakaramdam na ako ng paunti-unting kaginhawaan. Pero nang makarating ako doon, napahinto ako sa paglalakad. Merong tao, may isang taong nakaupo doon at hindi ko alam kung sino.

I'll Do It For You

Dahan dahan akong lumalapit. Bumibilis rin ang tibok ng aking puso. Paglapit ko sa kanya, kilala ko na kung sino 'tong taong 'to,

"Dito ka lang pala—" nanginginig kong sinabi kay Keith,

Tumabi ako sa kanya. Tulala siyang nakatitig sa ilog. Tapos bigla siyang nagsalita,

"Sorry Faye— 'Di ako nakinig sa'yo—" malungkot niyang sinabi sa akin,

Humihingi siya ng tawad sa akin habang tumutulo ang kanyang luha tapos nagpapaliwanag siya,

"Keith, ano bang nangyare?" malungkot kong itinanong sa kanya.

KEITH P.O.V

Masyadong mabigat ang aking nararamdaman dahil sa nangyare sa akin. 'Di ko kayang titigan si Faye sa mga mata. Ramdam ko yung sakit na idinulot ko sa kanya. Pero 'di ako nag dalawang isip na ipaliwanag sa kanya ang lahat. Nung huling araw na nagkita kami, kita kong umalis siyang umiiyak. 'Di ko alam na dun mag sisimula ang kalbaryong haharapin ko. Pinatuloy ako ni

Cassandra at ng mga kasamahan niya sa kanyang kwarto. Pansin kong simple lang ang inihanda ni Cassandra sa sinabi niyang "party." Pinaupo niya ako at nagpakuha sa kanyang mga kasamahan ng makakain sa kusina. Agad ko namang sinabi na,

"'Di naman ako tatagal, nandito lang ako patungkol dun sa pag uusapan natin—"

"Shhhhh alam ko, pero mamaya na yun. Enjoy na muna tayo"

"Pero—"

"Wag ka nang mag pero pero, girls pakiabot ng inumin"

Ayaw ko sanang tangapin ang inaalok ni Cassandra na pagkain at inumin. Ang gusto ko lang naman mangyare ay magkaayos kaming dalawa at ng grupo niya para 'di niya na kami babanggain ni Faye sa campus. 'Di ko talaga gustong uminom, pero pinipilit talaga nila ako at sinabi rin ni Cassandra,

"Fine, I'll make you a deal. Pag mainom mo yan, pwede ka ng umalis at pwede nating kalimutan ang 'di natin pagkakaintindihan dalawa, okay ba sa'yo yun?"

Sa kadahilanang gusto ko nang umalis, tinangap ko ang alok niya. Ininom ko ang inihanda niyang inumin. Nung naubos ko ang laman ng baso, napansin kong natatawa si Cassandra at ng mga kasamahan niya. Nagpaalam ako at tumayo, pero nung papalapit na ako sa pinto bigla na lang nandilim ang aking piningin.

Nagising akong nakahiga. Malabo ang aking paningin, sumasakit ang aking ulo, tumingin ako sa aking kaliwa at kanan. Pansin kong may putol na mga lubid sa aking mga kamay. Tumingin ako sa aking katawan patungo sa aking paa. Wala akong suot maliban sa aking salawal. Dahan dahan akong tumayo at umupo sa kama. Tumitingin ako sa aking paligid, pansin kong nakakalat ang mga gamit. Nakasira ang ibang parte ng bintana. Hindi rin nakakabit ng mabuti ang kurtina. Hinanap ko ang aking damit at shorts. Lumabas ako sa kwartong aking pinangalingan. Pansin kong wala ring tao, napakatahimik. Nakita ko ang aking damit sa sahig. Sa pagpulot ko, may nakita akong papel sa lamesa. Kinuha ko 'to at pansin kong merong may nakasulat,

"Goodluck sa'yo"

Mas lalo akong nalito at kinabahan. Hindi ko alam ang nangyayare, tumingin ako sa aking cellphone. Nakita kong naka limang missed call na ako kay daddy. Paglabas ko ng apartment, napansin kong hapon na. Kaya agad agad akong nag bihis at humanap ng masasakyan. Pagdating ko sa bahay, uminahon sila daddy dahil sa kaba at kinamusta ang lakad ko,

"Whoooo, buti naman nakauwi ka na anak. Kamusta ang lakad mo?"

'Di ko pinansin ang sinabi ni daddy at dumeretso ako sa aking kwarto. Pilit kong iniisip ang mga nangyare. Pero ang labo, wala akong may nakikita sa aking isipan. Isa lang ang naalala ko, palabas na ako ng pinto nun pero bigla na lang dumilim ang aking paligid. Naalala ko sila Cassandra at ng mga kasamahan niya. Naalala ko rin na sinaktan ko si Faye gamit ang aking mga salita. Gusto kong tumawag o mag text sa kanya kaso 'di ko kaya. Ramdam ko yung lungkot na nararamdaman niya. Dahan dahan kong nakikita na nawawasak ang aking mundo. Sa kalagitnaan ng pagaalala, may biglang dumating na mensahe sa akin,

"Hi Keith, sorry kung naiwan ka naming mag isa sa apartment, nagmamadali kasi kami and yeah meron akong regalo sa'yo"

Unknown contact sent a video

Binuksan ko ang video na ipinadala sa akin. Pag pindot ko ng "play" tuluyang nawasak ang mundo ko. Bumuhos ang aking luha, tumindig ang aking mga balahibo. Kita ko ang aking sarili na pinag lalaruan habang suot lang ang aking salawal. Habang umiiyak ako, may dumating na panibagong message,

"Ang hot mo sa video, no? wag ka mag alala, meron akong deal sa'yo. Kung ayaw mong kumalat yan, ibigay mo 'tong ISANG bagay sa akin"

Naging desperado ako nung mga sandaling yun at itinanong kung ano ang kagustuhan niya,

"ANO ANG GUSTO MO?!"

"Aba, galit na galit? Hahahahaha pero seryoso, isa lang ang gagawin mo para 'di ko yan ikakalat—"

Natulala ako sa hinihingi niya sa akin. 'Di niya raw ipagkakalat ang video ko kapalit sa pag iwas ko kay Faye. Lumayo raw ako sa kanya at sasama ako kay Cassandra. Mas lalo akong naguluhan dahil sa hinihingi niya. Pero naging klaro ako sa sinabi ko. 'Di ako pumayag. 'Di ko kayang itaya ang pagsasama namin ni Faye para lang maging masaya si Cassandra. 'Di umabot ang isang araw, nakita ko na ang video ko sa internet. Napag desisyonan kong magtago. Sa tuwing pasukan, dumederetso ako sa renentahan kong bahay sa first block at nagpapasama ako kay Spencer. Pinaliwanag ko rin sa kanya ang lahat at nagbalak pa siyanng gantihan si Cassandra. Pero sabi kong "wag" dahil alam kong mas lalo lang lumala ang sitwasyon. Alam ko na babalik rin lahat sa dati. Kailangan ko lang ang oras. Sinabi ko 'to lahat kay Faye, maliban na lang sa sinabi kong dumederetso ako sa renentahang bahay. Sa pagkakaalam niya kasi, doon talaga ako naninirahan sa ngayon.

Yinakap ako ni Faye habang tumutulo ang mga luha ko. Sabi niyang siya na raw ang bahala sa lahat. Gusto niya lang na bumalik ako sa paaralan. Sinabi kong ang hirap pa ng sitwasyon ko. Sa oras na malaman 'to ng aking mga magulang, 'di ko lubos maisip kung ano ang gagawin nila. Kaya sinabi kong 'di muna ako papasok ng isa pang linggo. Gusto ko muna pakalmahin ang sitwasyon sa school bago ako pumasok muli.

FAYE P.O.V

Masakit. Isang salita lang ang nararamdaman ko yung mga oras na yun para kay Keith pagkatapos ko marinig ang kanyang paliwanag. Gagamitin ko 'tong isang linggo na pahinga ni Keith para maibalik ang dangal niya sa sarili. Nanumpa ako nung araw na yun na gaganti ako para sa kanya. Ibubuhos ko lahat ng galit ko sa Cassandra na yun. Dumating ang lunes, umabang ako sa kanto kung saan madalas napapadaan si Cassandra. Dahan dahan akong lumapit sa kanyang likuran habang naka headset siya. Agad kong tinakpan ang kanyang bibig ng panyo at inihila patungo sa isang matahimik na lugar. Tinakpan ko ang kanyang ulo gamit ang sako at tinalian siya sa kamay at paa habang nakaupo sa upuan. Inilagay ko ang aking cellphone sa isang patungan habang nakatitig sa kanya. Bago ko pa man pipindutin ang record button, may sinabi muna ako sa kanya,

"Tignan mo nga naman ang mundo, ang swerte ko naman" Patawa kong sinabi habang nag lalakad sa likod niya,

"SINO KA?! WHAT ARE YOU DOING?!"

"Aba ume-english ka pa!" Inalis ko ang takip sa kanyang mukha at nagkatitigan kami,

"IKAW?! BAKIT MO AKO TINALI?! PAKAWALAN MO AKO! PAG HINDI MO AKO PAPAKAWALAN, SISI—"

"Ano? Sisigaw? Go! Ako lang ang nakakaalam ng lugar na'to" patawa kong sinabi sa kanya,

"Anong kailangan mo sa akin?!"

"Isa lang. Isa lang ang kailangan ko sa'yo—" sabay turo ng cellphone ko sa kanya,

"Ano yan?! Kukunan mo ako ng video?!"

"Oo, sabihin mo lahat na ikaw ang pasimuno ng pagkalat ng video ni Keith"

"HEH! Ano naman kung 'di ako susunod?!"

"Then susunod ako dun sa plan A ko" sabay bumunot ako ng cutter sa aking bulsa,

"ANO YAN?! PAPATAYIN MO AKO?!" kinakabahan siyang nakatitig sa cutter ko,

"Ba't naman hindi? Nandito na tayo girl. Wala nang atrasan 'to" dahan dahan akong lumapit sa kanya,

"SIGE! SIGE! Sasabihin ko lahat—" sinabi niya ng humihingal ng mabilis,

"Madali ka lang naman kausap eh" sabay tapik sa kanyang ulo.

I'm Screwed

Pagkatapos kong kinuhaan ng video si Cassandra patungkol sa pag amin niya na siya ang pasimuno ng pagkalat ng video ni Keith, tuluyan ko nang pinutol ang mga lubid sa kanyang kamay at paa gamit ang cutter ko. Yun naman talaga ang intensyon ko nung una, wala naman talaga akong balak na saktan si Cassandra kasi alam ko rin naman ang parusa sa akin. Sadyang gusto ko lang ipakita sa kanya na maling tao ang binangga niya. Palabas na sana si Cassandra sa lugar kung saan ko siya dinala kaso may huli akong binilin sa kanya,

"HOY!" sigaw ko sa kanya. Sabay lumingon siya sa akin,

"Goodluck" sabay ngiti habang linigpit ang mga gamit ko.

Sinabi ko ang linyang sinabi niya kay Keith. Gusto kong iparamdam sa kanya ang dinanas ng kaibigan ko. Tignan natin kung hanggang saan ang kapal ng mukha ng bruha na yun. Dumaan ang isang linggo at napagdesisyonan na ni Keith na bumalik sa klase. Nag kasalubungan kami sa back gate ng campus. Kita ko sa kilos niyang nag dadalawang isip siya na pumasok. Kaya naisipan kong hawakan ang kanyang kamay at sabay kaming tumuloy sa loob ng campus. Pansin kong nakatitig parin ang ibang estudyante sa kanya. Pero hindi titig ng nandidiri, mas titig yun ng na aawa. Dun ko nasabi na gumana nga talaga ang plano ko. Dinig ko rin ang malalim na hininga ni Keith kaya sinabi kong,

"Kumalma ka lang, magiging okay ang lahat. Promise"

'Di ko naman masisi si Keith kung ganon ang nararamdaman niya. Pero sigurado naman akong mabuti ang magiging lagay niya sa kanilang classroom. Lalo't may iba nang "video" ang kumuha ng atensyon ng mga estudyante sa school namin.

KEITH P.O.V

Nakayuko akong pumasok sa aking classroom. 'Di ko kayang titigan ang aking mga kaklase. Umupo ako sa aking upuan at nanahimik. May isang kaklase ako na lumapit sa akin at nag sabing,

"Okay lang yan Keith, alam naman naming 'di mo ginusto yun"

"Oo nga, buti nga sa babae na yun at nag kalat rin ang video niya!" sabi ng isa ko pang kaklase na sumapaw sa usapan,

Napaisip ako sa sinabi niya. Sinong babae? Kaninong video? Akala ko nga iiwas o mandidiri ang mga kaklase ko sa akin dahil dun sa video ko na yun. Pero for some reason mas naawa sila sa akin. Nung pumasok na ang guro namin, pansin niyang present ako nung araw na yun. Sinabi niyang,

"Keith, kamusta ka?"

"Okay lang po ma'am"

"Alam kong may pinagdadaanan ka— at kinalulungkot kong sabihin na kailangan kang kausapin ng head"

Kinabahan ako sa sinabi ng guro ko. Baka balak nila akong paalisin dahil sa ginawa kong skandalo sa school. Sigurado akong masasaktan ako ni daddy pag nalaman niyang may video ang anak niyang nakahubad at pinaglalaruan.

Bago pa man tumunog ang bell, pinapunta na ako sa opisina ng head. Doon, pinaupo ako at kinausap ng mabuti,

"Keith, ano 'tong nabalitaan ko patungkol sa'yo?"

"Sorry po sir, a-ano po ka-kasi—"

"'Di mo na kailangang magpaliwanag. Alam ko na ang dahilan. Ang gusto ko lang sabihin sa'yo ay wag kang mahiya na lumapit sa akin patungkol sa ganong klaseng problema. Nandito kami para tulungan ka. Ngayon ang tanong ko, alam ba 'to ng parents mo?"

"Hindi po—"

"Ganon ba? pwes, 'di na nila kailangan malaman 'to. Ang importante wala na yung gumawa sa'yo neto. Nabalitaan ko na lang rin na 'di na siya pumasok since last week"

"Totoo ba ang naririnig ko?" Bulong ko sa aking sarili nung mga oras na yun. Nag salita si Cassandra patungkol sa ginawa niyang pagkuha ng video sa akin? Parang napakaimpusible naman yun. Ibang klaseng tao siya, base nga sa nakikita ko, 'di siya yung tipo ng tao

na ilalaglag ang sarili. Lumabas ako sa opisina ng head, nalilito. Iniisip kung paano yun nangyare. Tumingin ako sa paligid ko at nakatitig parin ang ibang estudyante sa akin. Kaya nakayuko akong bumalik sa classroom ko nang may biglang tumapik sa aking balikat,

"Ahh Keith, right?"

"Opo—"

"Nabalitaan namin ang nangyare sa'yo—bilang kapwa mo school mates, gusto naming ipaalam sa'yo na naniniwala kaming kakampi mo kami" masaya niyang sinabi sa akin,

Ngumiti lang ako at lumingon. Sa mundong tinatapakan ko, buong buhay kong inisip na wala ni isang tao ang gustong lumapit o makipag usap sa akin ng walang kapalit. Pero sobrang saya ko na maling mali ako. Lumipas ang ilang oras, pananghalian na namin. Lumapit ulit ang mga kaklase ko at nag yayang kumain sa cafeteria. Pero ngumiti lang ako at nagpasalamat, mas gugustuhin ko paring tumambay sa usual spot namin ni Faye. Sigurado naman akong umaabang siya sa akin ngayon. Pagpunta ko dun, nakita kong nakaabang na siya. Kaya dali dali akong lumapit,

"O Keith! Nandito ka na pala! So, kamusta sa klase?"

"Weird—to be honest, ang expectations ko ngayong araw ay iiwas ang mga kaklase ko o ang ibang students sa akin. Pero for some reason, they all feel sorry for me"

"Oh wow, bakit kaya?"

"Sabi nila, alam nila ang nangyare at it turns out na wala na pala si Cassandra dito sa campus?"

"WHAT?! That's crazy, I wonder why" sarcastically niyang sinabi sa akin,

"Faye—may kinalaman ka ba dito?"

"Me? Lol, wala no! sadyang nauna lang ako sa balitang wala na siya"

"Nagtataka lang ako kasi linaglag niya ang sarili niya eh. So, thank you Cassandra?"

"Bakit ka mag thank you sa kanya, eh siya nga ang dahilan kung bakit ka nag karoon ng viral video"

"Thank you kasi linaglag niya sarili niya, ganon"

"Fair point—"

Habang kumakain, may na realize lang ako habang nakatitig kay Faye. Napansin niyang nakatitig ako sa kanya, kaya napatanong siya sa akin,

"HUY KEITH! Anong tinitingin tingin mo diyan?!"

"Wala lang—I'm just thankful kasi nandyan ka"

"Bakit naman?"

"Sa kabila ng mga pinagdaanan ko, ginawa ko sa'yo, sinaktan kita, tinaboy kita, 'di mo naisipang umiwas o lumayo sa akin. Kaya thank you Faye, sa lahat. Sana sa oras na ikaw naman ang may pinagdadaanan, ako naman ang nandun para sa'yo"

Pansin kong nawawala ang ngiti ni Faye pagkatapos ko masabi yun. 'Di ko alam ang gagawin kaya napatanong na lang ako,

"Oh, bakit? Sorry sorry, nadala lang ako. Sadyang thankful lang talaga ako sa lahat, 'di ko naman sinadyan—"

"Keith—it's okay. Thankful rin ako na nandito ka"

Napangiti na lang kami dalawa at nagpatuloy sa pag kain. Pagkahapon, muli kaming sumabay umuwi. Medyo matagal tagal na panahon ang dumaan bago namin nagawa ulit yung ganon. Habang palabas ng gate, pansin naming may nagpapatayo ng peryahan sa dulo ng campus namin. Kaya napatanong ako kung bakit,

"Anong meron dun Faye?"

"Ah, malapit na kasi ang festival dito sa atin. Every year talagang may ganyan dito"

"Wow, may mini ferris wheel sila oh"

"Naku, 'di lang ferris wheel ang meron diyan. Ang dami pang iba"

Naisipan kong opurtunidad 'to para makabawe ako kay Faye sa lahat ng ginawa niya para sa akin. Kaya napagdesiyonan kong personal ko siyang inimbita na samahan ako sa darating na festival,

"Faye?"

"Yes?"

"Pwede mo ba akong samahan sa araw ng festival which is—"

"Friday—"

"FRIDAY!"

"Oo naman—bakit naman hindi—" sinabi niyang nakangiti sa akin.

Sobrang saya at excited ko nung araw na yun. Sa sobrang tuwa ko nakalimutan kong kunin ang notebook ko sa classroom, kaya iniwan ko muna ang bag ko kay Faye at dali daling kinuha sa room ang notebook ko.

Pagbalik ko mula sa classroom, pansin ko na parang umiiwas ng tingin si Faye sa akin, 'di ko alam kung bakit. Kaya napatanong nanaman ako,

"Faye? Okay ka lang?"

"Oo naman—kaya tara na, baka maiwan tayo ng bus" sinabi niya habang umiiwas tumitig sa akin,

Pagkadating sa bahay, dederetso na sana ako sa kwarto ko para humanda ng masusuot. Pero pinigilan ako ni daddy,

"ANAK! Saglit lang, halika ka muna dito!"

"Yes, po dad?" humihingal na sinabi ko kay daddy,

"Naalala mo pa si tito Mike mo? siya yung pumunta dito nung nag celebrate tayo ng high school graduation mo"

"Ahh opo opo, mano po tito"

"Aba aba, ang laki mo na iho. Not to mention na gumanda rin ang katawan mo" sabi ni tito Mike sa akin,

"Iho, alam kong gra-graduate ka na sa pagiging senior high school and I was thinking na kunin kang estudyante sa isang school kung saan napakapag invest ako"

"P-po?"

"Yes, napag usapan narin namin ni daddy mo na as soon na makapag graduate ka, agad agad kitang i-enroll"

Naguluhan ako dahil sa biglang alok sa akin ni tito Mike. Kaya napatitig ako kay daddy. Nakangiti lang siya at tumatango ng ulo,

"Pero iho, don't worry. Meron ka namang makakasabay"

"Po?"

"Saglit lang—IHA! Hali ka na muna dito! Nandito na si Keith!"

Tumingin ako sa kusina at may isang dalaga ang lumalapit patungo sa amin,

"Keith—meet Shaniah, ang soon to be partner mo sa oras na tatapak ka ng college"

"Patay" yun lang ang naisip kong salita nung mga sandaling yun habang nakatulala.

My Eyes Don't Lie

"Hello Keith" malumanay na sinabi ni Shaniah,

"Hello po" sinabi ko habang paputol putol ang pagtitig ko sa kanya,

"Aba aba, you two are already getting along well. Parang ang close niyo na agad masyado kahit ngayon lang kayo nag kita dalawa hahahaha" matuwang sinabi ni tito Mike sa aming dalawa,

Wala akong imik nung mga sandaling yun. Tulala lang ako at gustong gusto na dumeretso sa kwarto. Napansin ni daddy na masyado akong tahimik kaya sinabi niyang,

"Ah Mike, saglit lang bibigyan ko lang ng word of advice ang anak ko kasi alam mo naman, wala pa nagka—" patawang sinabi ni daddy,

Pumunta kami ni daddy sa kusina para mag usap. Nagtataka siya ba't ang tahimik ng reaksyon ko kay Shaniah. Aminado naman akong maganda siya at anak rin ng mayaman. Ang kaso 'di kasi alam ni daddy na may gusto akong iba. Pinaliwanag niya sa akin na napagusapan nila ni tito Mike na magkakaroon raw ng arrange marriage sa pagitan ko at ni Shaniah sasusunod.

Isang malaking "hindi pwede" ang sinabi ko kay daddy. Nagtaka siya kung bakit, dahil wala naman akong girlfriend or something. Oo, wala nga pero meron naman akong kasandal sa buhay ngayon. Nauubusan narin ako ng dahilan na pwedeng sabihin kay daddy. Kaya napagdesisyonan niyang kumilos para sa akin. Gumawa siya ng plano para mas malapit ang loob ko kay Shaniah. Bumalik kaming dalawa sa lamesa at sinabing,

"Pasensya na Mike, sabi sa akin ni Keith nahihiya raw siya, kasi masyado raw maganda si Shaniah" patawang sinabi ni daddy. Habang ako naman, nakayukong nahihiya,

"Thank you—" pabulong na sinabi ni Shaniah sa akin habang nakangiti,

"ALAM KO NA!" sigaw ni daddy,

"Bakit 'di kayo pumasyal dalawa sa biyernes. Balita ko kasi pare na may festival dito sa amin. Nang sa ganon, makilala niyo ang isa't isa ng masinsinan"

"Pero dad—"

"TAMA! Shaniah, ihahatid kita dito sa biyernes ha. Suotin mo ang pinakamagandang pamasyal mo na damit, okay? 'Di pwedeng 'di ka maganda tignan, lalo na sa mga mata ni Keith" masayang sinabi ni tito Mike,

"Sige pre, bali mauuna na kami ni Shaniah. May aasikasuhin pa kasi ako"

"Sige pre, salamat talaga sa pagbisita"

Since paalis na silang dalawa, dahan dahan akong umalis patungo sa hagdan para makapunta na ako sa kwarto ko. Kaso tinawag ako ni Shaniah,

"Keith—" dahan dahan akong lumingon at tumitig sa kanya,

"Can't wait to see you on Friday—" nahihiyang sinabi niya sa akin,

"Aba aba, unang kita palang, excited ka na agad na makita si Keith hahahahaha. Wag ka mag alala anak, sigurado naman ako na wala kang kaagaw hahahahaha"

Ang gulo ng pangyayare. Paano ko ngayon lalagpasan 'tong problema na'to? Paano ngayon si Faye? 'Di ko rin pwedeng sabihin 'to sa kanya. Pag nalaman niyang may kasabay ako na ibang babae sa Friday, baka tuluyan na mapuputol ang ugnayan namin. Sana lang hindi niya ako makikita, mag da-dahilan na lang ako ulit. Pagkalunes, kung sakaling magkikita kaming dalawa, sabihin ko na lang na nagkasakit ako. Ang kaso, maniniwala ba siya?

FAYE P.O.V

Ewan ko ba bakit ganito nararamdaman ko, 'yon bang tipong may halong kaba pero may excitement sa mangyayari ngayong araw. Nakaharap pala ako sa salamin ng kwarto ko ngayon. Kanina pa ako dito, siguro mga 30 minutes na akong pumipili ng masusuot. Nakakalat na nga ang ibang damit sa loob ng kwarto ko eh. Buti na lang maaga ako nagising, baka kasi malate ako sa kakahanap ng susuotin ko. Ayaw ko rin naman mag hintay ng matagal si Keith.

Nakasuot ako ngayon ng pulang bestida na hanggang tuhod ko, hindi ko alam kung bagay ba ito sa akin o hindi kasi masyadong mapula ang kulay. Umikot ako sa harap ng salamin nang marealize kong hindi talaga pala bagay sa akin. Kaya agad akong naghanap ng masusuot na iba sa kabinet ko.

"Ano ba ang babagay sa akin?" mausisa kong sinisilip ang aking kabinet. Hindi naman karamihan ang damit ko pero hindi ko alam ba't hirap na hirap ako maghanap ngayon ng masusuot.

"Okay, I think this would be better" kinuha ko ang peach color na bestida na binili ni mama noong nakaraang pasko para sa akin. Sinuot ko ito. Sa pag kaharap ko sa salamin, namangha agad ang mga mata ko.

"Magugustuhan kaya ito ni Keith?" tanong ko sa aking sarili,

Nilugay ko pa ang buhok ko saka naglagay rin kaunting pampaganda sa mukha. Hindi ako sanay sa mga ganong bagay, kaya minabuti kong kaunti lang ang inilagay ko para hindi ito pangit tignan.

"Ako ba 'to?" turo ko sa salamin kung saan ako nakaharap,

"Syempre, matagal na kaya akong maganda HAHAHA" pagkatapos kong mag ayos, iniligpit ko na ang mga nakakalat kong damit. Pagkatapos, agad akong nagmadaling lumabas ng kwarto.

Wala sila mama at papa ngayon, meron daw silang aasikasuhin para sa pag harvest sa farm sa susunod na linggo. Pero nakapag paalam na ako sa kanila kagabi patungol sa aking gagawin ngayong araw. Pumayag naman sila, basta mag iingat raw ako.

Sumakay ako ng tricycle at habang na sa loob ako, nakaupo at kalmado, ang dibdib ko naman ang hindi kumakalma, napahawak ako doon. Hindi ko maiwasang hindi kabahan sa hindi ko malamang dahilan. Minsan nagtataka narin ako sa sarili ko dahil sa mga nararamdaman ko. Siguro isa sa mga dahilan ang pagkakaroon ng malapit na kaibigang lalake.

Pagkarating sa lokasyon ng festival kaagad akong bumaba sa tricycle matapos akong magbayad. Tulad ng napag-usapan namin ni Keith, hihintayin ko siya sa entrance ng peryahan. Habang nakatayo ako doon hindi ko maiwasang hindi mailang lalo na may mga taong nakatitig sa akin.

"Nandito na kaya siya?" tanong ko sa aking sarili. Pero dapat na sa entrance din siya ng peryahan kung nandito man siya. Ako yata ang nauna sa aming dalawa, akala ko kasi late nanaman ako.

Mga sampong minuto akong nakatayo habang tumitingin sa aking paligid. Baka kasi hindi niya lang ako makita. Habang nakatayong mag isa, pansin kong may isang pamilyar na lalake ang dahan dahang lumalapit sa akin,

"Si Spencer? siya ba itong nakikita kong naglalakad papalapit sa akin?"

"Faye!" siya nga, ngayon ko lang siya muli nakita matapos nung nakaraang bisita ko sa boarding house ni Keith,

"Spencer?"

"Oy, Kumusta?" medyo mahina niyang sabi,

May kagwapuhan din itong si Spencer pero kumpara kay Keith, mas lumalamang si Keith ngayon dahil sa ginawa niyang workout routine during summer.

"Ah, maayos naman" tipid kong sagot, hindi ko alam ang itatanong sa kanya kasi hindi ko naman siya super close para sabihing "OY! KUMUSTA NARIN ANG BUHAY AFTER MAPALAYAS SA SCHOOL?" O kaya naman, "OY! IKAW PALA 'YAN SPENCER PAKI KUMUSTA AKO KAY SANTA-CLAUS"

"Bakit hindi ka pa pumapasok sa loob?" tanong nito habang nakatingin sa kung saan,

"May hinihintay kasi ako. Teka, nakita mo ba si Keith?" biglang siyang lumingon sa akin,

"Si Keith? Wala eh—"

"Nag-usap kami na dito sa may bandang entrance ng peryahan kami mag memeet-up eh"

"Ganon ba? Bakit 'di natin siya hanapin sa loob. Baka nauna na siya or something"

"Sure ka ba diyan?" tumango si Spencer.

"Kung ganon hanapin natin siya sa loob" baka inakala lang talaga niyang na sa loob na ako. Sa pagitan naming dalawa ni Keith, ako talaga ang pinakamakulit. Baka inisip niya namangha ako sa mga nangyayare sa loob ng perya at inisip niyang pumasok ako.

Naglakad kaming sabay ni Spencer papasok sa loob ng peryahan. Nagsimula kaming magmasid sa bawat sulok at sa mga naka-pwestong nagbebenta ng laruan at kung ano pa.

Sobrang daming tao kaya nahihirapan kami ni Spencer na hanapin si Keith. Maingay rin dahil sa mga musikang tumutugtog sa bawat tent.

"Teka," tumingin ako kay Spencer,

"Baka siya na 'to" tinuro niya ang isang lalaking nakatayo at nakatalikod habang nanunuod ng mga iba't-ibang uri ng isda sa isang aquarium. Matangkad ito at maputi rin, magkahawig din sa gupit ni Keith, kaya dali dali kami ni Spencer na lumapit sa kanya.

"Keith!" tawag ni Spencer saka niya tinapik sa balikat ang lalakeng nakatalikod. Tatawagin ko narin sana siya kaso paglingon nong lalaki, pareho kaming napaatras ni Spencer.

"Sinong Keith?" buo at napakalalim ng boses nito, may mga bigote rin sa baba niya at may mga pimples rin siya sa kanyang itsura,

"Pasensya na pre, nagkamali lang" napayuko kaming umalis ni Spencer sa hiya,

"Sorry po—" ang sinabi ko sabay hinila si Spencer papalayo,

"Sigurado ka ba talagang nandito na siya?" tanong ko ulit sa kanya,

"Pwedeng oo, pwedeng hindi" sa dami ng tao dito ngayon mahihirapan talaga kaming mag hanap, pero pinilit parin namin ni Spencer.

Malawak ang peryahan kaya nagtagal kami ni Spencer sa kakahanap. Hanggang sa naisip ko na mag hiwalay kaming dalawa. Nang sa ganon, mas mapapabilis ang pagkita namin kay Keith,

"Mabuti pa mag split up tayo, dito ako sa kanan at dito ka sa kaliwa para mabilis natin siya mahanap" pumayag naman si Spencer at kaagad na naglakad patungo sa kanan,

Nagsimula narin akong maghanap sa kaliwa. Napapabuntong-hininga nalang nga ako eh. Nag tatampo rin ako na nandito na pala siya, samantalang maayos kaming nag usap nung lunes na sa entrance kami mag me-meetup.

Habang naghahanap ako, hindi ko maiwasang hindi maakit sa mga nadadaanan ko. Bawat tent nakakamangha, pero pigil na pigil akong hindi lumapit at bumili ng kahit na ano dahil gusto kong sabay kami ni Keith. Kaya minabuti kong maghanap ng mabilisan.

Nakakalito, at nakakahilo sa bawat paglingon ko sa sobrang daming tao. Pero sa dami ng taong naroon, wala akong makitang ni anino ng isang taong hinahanap ko. Keith, asan kana ba? Napapagod na ako pero hindi pwedeng hindi ko siya makita.

"KEITH!" sigaw ko,

Lumingon ang mga tao sa akin pero hindi ko na inisip ang kahihiyan. Ang nasa isip ko lang ay makita at marinig ako ni Keith.

"KEITH? NANDITO KANA BA?" pero, argh! Faye! Sa sobrang ingay ng paligid hindi rin maririnig ni Keith ang boses mo kahit gaano pa kalakas. Ang mga taong na sa paligid ko lang ang nakakarinig sa akin at pinag-uusapan na nga nila ako.

Huminga ako ng malalim saka nagpatuloy sa paghahanap. Ilang minuto akong paikot-ikot hanggang sa nakaramdam ako ng pagod, huminto ako at humugot ng maluwag na paghinga.

"Nasan ka ba Keith?" mabilis ang tibok ng puso ko dahil tumakbo ako kanina at alam kong hindi ako kakalma hanggang hindi ako nakakaupo, kaya naman naghanap ako agad ng mauupuan. Mabuti naman at meron akong nakitang bakanteng upuan sa may lilim ng isang puno katabi ng isang tent na nagbebenta ng mga staff toys.

Umupo ako at pinakalma ko ang aking sarili saka ako tumingin sa aking paligid. Nawawalan na nga ako ng pag-asa pero biglang nahagilap ng mata ko si Keith.

Ngumiti ako at napatayo ng mabilis at akmang tatawagin ko ang pangalan niya pero nawala ang mga ngiti ko nang may isang babaeng lumapit sa kanya at humawak sa kanyang bewang.

Sa pagkakataong iyon, para akong binuhusan ng malamig na tubig at bigla na lang nanigas sa kinatatayuan ko. Napatulala ako pero ang dibdib ko ay nagsisimula ng manikip.

Hindi si Cassandra ang babae na kasama niya. Kumpara sa babae na 'yon, mas maganda at mas mukhang disente ang kasama ni Keith ngayon. Bagay na bagay silang tignan na para bang isang napakasayang couple.

Nararamdaman kong tumutulo ang aking mga luha sa magkabilang mata ko. Nagsimulang bumigat ang aking kalooban patungo kay Keith.

"Bakit Keith—"

"Siya ba ang dahilan kaya hindi ka tumupad sa usapan natin" mga bulong ko sa aking sarili,

O-okay lang naman eh! Kung pinakilala niya lang sana sa akin, hindi na sana ako umasang hintayin at hanapin siya. Tuluyan ng bumagsak ang luha ko, umiiyak akong walang boses pero sobrang sakit ng dibdib ko,

"Faye, hindi ko nakita si Keith—" sinabi ni Spencer pagkatapos niyang makabalik sa paghahanap,

Ang saya nung babae at kita ko rin kay Keith na masaya siya, bakit ba ako umiiyak dito? Kaibigan niya lang ako 'di ba?

"Bakit ba ako nasasaktan? Bakit nga ba ako nasasaktan eh dapat matuwa ako dahil kaibigan niya ako, pero bakit?

"Keith—bakit?"

"Faye, bakit ka umiiyak? —" tumitig si Spencer sa direksyon ng aking mga mata at nakita niya rin ang aking nakikita,

"Faye— ganito nalang ang gawin natin, ah—" hindi ko na siya pinatapos dahil tumakbo na ako,

Ang sakit. Napakasakit, mas masakit pa 'to kesa nung tinaboy niya ako sa party ni Cassandra dati.

Okay lang naman sa akin. Ang hindi lang okay eh 'yong paasahin niya ako. Umasa akong magiging masaya ang araw na ito para sa amin, umasa ako na tutupad siya sa pinag-usapan namin nung lunes, pero bakit naman ganon Keith? Bakit kailangan mong magsinungaling sa akin?

Hindi naman ako naging masama sayo eh. Wala akong ginawa kundi maging maayos sayo at protektahan ka pero bakit mong nagawang magsinungaling sa akin. Hindi mo ako kailangan paasahin.

Hindi ko maiwasang hindi mapahikbi habang lumalayo sa peryahan. Hindi ko narin alam saan na napunta si Spencer. Basta gusto ko lang lumayo ng lumayo at ayoko ng makita si Keith at kung sino man yung kasama niyang babae.

Is That What You Want?

KEITH P.O.V

Ang dami naming pinuntahang attraction sa perya. Bawat isa linaro namin. Sinubukan namin ang bawat putahe na aming nakita. Pero 'di nawawala sa isipan ko si Faye. Dapat siya ang kasama kong gumagawa neto ngayon. Naalala ko ring sinabihan ko siya nung nakaraang araw na aabangan niya ako rito. Agad kong naisip na baka makikita niya kami dalawa ni Shaniah. Ayaw ko rin naman na magkakaroon ng 'di pagkakaintindihan sa pagitan nilang dalawa. Kaya naisipan kong pumunta kami sa 'di mataong lugar,

"Naya, pwede bang humanap tayo ng mas tahimik na lugar?" sinabi ko habang tumitingin ako sa aking paligid,

"Bakit naman? 'Di ka ba nag e-enjoy?"

"Hindi sa ganon, baka kasi may makakakita sa akin"

"Sino naman ang makakakita sa'yo na bakit parang kinakabahan ka?"

"Gusto mo ba talaga malaman?"

Humanap kami ng matahimik na lugar. Nakakita kami ng mauupuan kung saan wala masyadong tao. 'Di mapigilang mapansin ni Shaniah ang nagaalala kong itsura. Habang ako naman, ang lalim ng iniisip,

"Keith—okay ka lang ba?"

"Naya, gusto kong malaman mo na nag e-enjoy ako ngayon na kasama ka. Pero to be honest— 'di dapat nangyare 'to"

"Anong ibig mong sabihin Keith?"

"May makakasabay sana akong iba ngayong araw— napagplanuhan naming dalawa na magkikita kami rito. Kanina pa nga ako naiilang eh baka kasi makita niya tayong dalawa. Alam mo kasi, siya ang naging dahilan kung bakit ang saya ko sa school. Pinaranas niya sa akin lahat ng bagay na 'di ko pa naranasan dati. Kaya gusto ko rin gawin ang lahat para mapasaya rin siya tulad ng pagpapasaya niya sa akin. Pero nabura lahat ng pinagplanuhan namin dahil sa pinagusapan ni tito at ni daddy. No offense sa'yo, you're pretty and all pero kung ako ang tatanungin, mas gugustuhin ko talaga na magkasama kami ngayon— Imbis na papasayahin ko siya, mukhang sumablay nanaman ako. Napakamalakas ko talaga minsan"

"She really does makes you happy, huh?"

"Paano mo naman nasabing babae?"

"I've seen that smile before Keith, na experience ko rin yan— and I know for a fact na ang swerte niya sa'yo kasi judging by your smile? You do really want to make her happy as well"

"Sinusubukan ko naman—"

"What's her name?"

"Faye—Faye Ellie. You know ang lungkot isipin, 'di parin namin alam ang apelyido ng isa't isa hanggang ngayon"

"Bakit naman?"

"Well, sabihin na lang natin na may rules kaming sinusunod" nakangiti kong sinabi kay Shaniah,

"Hahahaha ang saya naman ng samahan niyo dalawa—pero Keith tandaan mo 'to. Ayaw ko maging hadlang sa inyo, kung gusto mo nga talaga siyang kasama dito ngayon, why not subukan niyo muli bukas pumunta. Nang sa ganon, walang sagabal"

"Susubukan ko—"

"Wag mo na subukan, gawin mo na lang and kung need mo man ng advice o tulong, nandito lang ako"

"Salamat ha, ginawa kong awkward ang pasyal natin tuloy hahahaha" patawa kong sinabi ko Shaniah,

"Ano ka ba, okay lang. Friends?" Sabay inabot niya ang kanyang kamay sa akin,

"Friends—" Sabay nakipagkamay ako sa kanya.

Pagkauwi namin sa bahay, kita naming nandiyan ang kotse ni tito Mike. Pagpasok namin sa loob ng bahay, masaya kaming sinalubong ni daddy at ni tito,

"UYYY nandito na pala kayo dalawa" masayang binati kami ni daddy,

"Opo nga tito, mano po" habang nakangiting nagmano si Shaniah kay daddy,

"So, kumusta ang outing niyo dalawa? Masaya ba?"

"Uhmm a-ano po" sabay tumingin ako kay Shaniah,

"Ahhh uhhh"

"MASAYA PO! SOBRANG SAYA!" sigaw ni Shaniah,

Tumingin ako kay Shaniah sabay ngumiti at pabulong ko na sinabing, "thank you." Labis na natuwa si daddy at tito sa kanilang narinig. Dahil dun, handa na raw kami mag step up sa "next level" ng samahan naming dalawa ni Shaniah. 'Di nag dalawang isip si daddy na sabihin sa harap naming dalawa na pwede na kami maging opisyal na magkasintahan. Nawala ang ngiti sa itsura ko. Nawala rin ang ngiti ni Shaniah. Alam niyang 'di kami pwedeng magkatuluyan sa kadahilanang may gusto akong iba. Kaya lumapit si Shaniah at sinabing,

"Tito, pasensya na po—paano po kasi—"

"YES DAD!" sinigaw ko ng malakas sa harap nila,

"Handa po akong makipagkasintahan kay Naya"

Tumingin si Shaniah sa akin. Nanginginig ako sa sinabi ko. Tuwang tuwa naman si tito at si daddy. Namaalam silang dalawa habang nakangiti at tumatawa. Bibili raw sila ng inumin dahil isang selebrasyon ang magaganap para sa pag salubong ng samahan naming dalawa ni Shaniah. Pagsara ng pinto, lumapit si Shaniah sa akin,

"KEITH! Ba't mo yun sinabi?! Akala ko ba—"

"'Di pwedeng malaman ni daddy ang patungkol kay Faye"

"Bakit naman?!"

"Pag nalaman niya at ni mommy— mapuputol ang ugnayan naming dalawa"

"PAANO MO NAMAN NASABI YUN?!"

Pinaliwanag ko lahat kay Shaniah. Inamin kong 'di marangya ang buhay ni Faye at ang kanyang pamilya. Naninirahan sila sa isang skwater area at ako mismo ang nakakita ng kanilang tirahan. Pinaliwanag kong strikto sila mommy at daddy patungkol sa pagkakaroon ko ng kaibigang babae o kasintahan. Kung meron man akong gusto na ipakilala, dapat "kapangkat" namin. Kung saan dapat maraming pera, ang daming ari-arian at kung ano pa. 'Di kasi nakikita ng aking mga magulang ang totoong ligaya ko. 'Di ko alam kung pinalala ko ba ang sitwasyon o hindi. Wala akong pagpipilian nung mga sandaling sasabihin na sana ni Shaniah ang lahat. Napaupo na lang ako at napaluha. Tumabi sa akin si Shaniah at inaliw ako habang hinihimas ang aking likod,

"Wag kang mag alala, hahanapan natin 'to ng paraan. Pero sa paano nga ba—"

"Yun na nga eh— nauubusan na ako ng ideya" malungkot kong sinabi kay Naya habang nakayuko,

"Well, sa nakikita ko, 'di naman ganon kalaki ang problema natin"

Napatingin ako kay Shaniah at kita kong walang kakaba kaba ang kanyang itsura,

"Anong ibig mong sabihin?"

"Well, 'di naman nila kailangang malaman na nag a-acting lang tayo dalawa diba?"

Tama. Tama si Shaniah, 'di kailangang malaman ni daddy at ni tito ang katotohanan sa pagitan naming dalawa. Ipakita lang naman sa kanila na masaya kaming nagsasama. Nang sa ganon, 'di sila mag suspetsa sa ginagawa ko. Napagusapan naming maging sweet kaming dalawa sa isa't isa sa harap ng aming mga magulang. Timing nga masyado, kasi nung pag uwi nila daddy at tito, nakita nila kaming dalawa na magkatabi sa sofa. Nung lumapit silang dalawa patungo sa amin, biglang hinawakan ni Shaniah ang aking mga kamay,

"Aba aba, ang sweet niyo naman. Kahit nandito na kami, pinapakita niyo talagang mahal niyo ang isa't isa" sabay tumingin si tito sa kamay naming dalawa,

"Opo nga dad, ang gentleman naman kasi nitong ni Keith. Sabi niya papasyal raw kami muli bukas"

"GANON BA?! Ayos 'tong si Keith pare ah, gusto second date agad HAHAHAHAHA"

"Abay malamang, mana sa akin yan HAHAHAHAHA"

Mahirap pero gumagana. Napagisipan kong ipakita ang kwarto ko kay Naya. Kaya namaalam kami kila daddy at tito. Pagpasok namin sa kwarto, nakahinga kami dalawa ng maluwag. Napaupo ako sa kama at nag iisip nanaman ng malalim,

"Oh Keith? Kala ko ba okay na?"

"Okay na nga eh, kaso nag e-expect sila daddy at tito na mag o-outing tayo ulit bukas"

"Yun na nga, pasensya ka na— kinailangan ko yun gawin para mas makumbinse silang tayo na talaga"

"Paano ngayon ang pagkikita namin ni Faye? 'Di pwedeng makita ka niya dun. Baka kung ano ang maiisip niya"

"Well, pwede namang sabay tayo pumunta dun at hahanap lang ako ng lugar kung saan 'di niyo ako makikita"

"HA?! Ayaw ko nga, baka mapahamak ka pa dahil sa akin"

"Well, may naiisip ka ba na ibang ideya?"

Yun na nga ang iniisip ko. Kaso walang lumalabas. Pero isang bagay lang ang sigurado akong mangyayare bukas. Yun ang magkikita kami ni Faye. Kaya habang nag iisip ng ideya, napagisipan kong i-text siya, kaso walang reply. Napagisipan kong tumawag, pero walang sumasagot. Nanibago nga ako, kasi usually agad na sumasagot si Faye sa aking mga tawag o text. Pero unang beses niyang 'di nakapagsagot ng mabilisan.

Found You

Pilit kong tinatawagan ang numero ni Faye. Pero wala talagang sumasagot. Bigla ako nakaramdam ng kakaibang kaba sa dibdib ko. Napansin rin yun ni Shaniah,

"Keith? Ano? Sumasagot ba?"

"Walang sumagot—" sabay nagaalalang tumingin kay Shaniah,

"Well, mag leave ka na lang ng message sa kanya na aantayin mo siya sa perya bukas. Once na makarating tayo dun, magmamasid masid lang ako sa paligid para 'di niya ako makita"

"Sige sige. Magkita na lang tayo ulit bukas— hopefully gagana 'tong plano natin"

"Wag kang mag alala, kampante naman ako"

Kinaumagahan, dali dali akong humanda ng aking masusuot para makipagkita kay Faye sa peryahan. Pag silip ko ng cellphone ko, wala parin akong natangap ng responde mula sa kanya. Umaasa na lang ako na pagdating namin sa peryahan ni Shaniah, nandun siya umaabang. Nag hihintay akong ihatid ni tito Mike si Shaniah habang nakaupo ako sa sala. Lumipas ang ilang minuto, dumating narin sila. Agad ko namang sinalubong si Shaniah para mag mukhang kagalang galang ako na boyfriend sa harap ni tito. Nag alok pa si tito na ihahatid kami sa perya pero hindi ako pumayag. Sa kadahilanang baka makita kami ni Faye na bumaba sa kotse. Namaalam kami dalawa ni Shaniah at nag hanap na kami ng masasakyan. Sa kalagitnaan ng byahe, ang lalim parin ng aking pagiisip. Pansin yun ni Shaniah,

"Keith, relax lang. Magkikita kayo, promise"

Pinapakalma ako ni Shaniah kaso masyadong magulo ang pagiisip ko nung mga sandaling yun. 'Di parin ako mapakale dahil sa ginawa ni Faye na hindi mag reply ng mabilisan. Pag dating namin sa peryahan, wala akong nakita na anino ni Faye sa entrance. Kaya pumasok kami sa loob ni Shaniah. Napagisipan kong mag hiwalay kami sa paghahanap kay Faye. Pinakita ko sa kanya ang litrato ni Faye sa cellphone ko,

"Aba kaya pala gustong gusto mo makipag outing sa kanya ha. Ganda pala niya eh"

"Mamaya na yan, hanapin na muna natin siya. Kung maunahan mo man ako sa paghahanap sa kanya, wag mong lapitan. Bumalik ka dito sa pwesto na 'to, okay? At sabihin mo sa akin kung saan siya"

Humiwalay kami ni Shaniah sa paghahanap kay Faye. Inikot ko ang kaliwang banda ng peryahan habang siya naman sa kanan. Bawat babae na makita ko, umaasa akong si Faye na yun. Kaso wala talaga, umabot ako sa point na napatanong ako sa mga tindero ng peryahan kung sakaling may bumili sa kanila na ganong babae.

Pareho lahat ang sagot nila sa akin, "wala eh." Bumalik ako sa pwesto namin ni Shaniah at umaasa akong siya ang nakakita kay Faye. Umupo ako, gulong gulo ang aking isipan. Binubulong ko sa aking sarili, "nasaan na ba siya?"

Habang tumitingin sa paligid at sa mga tao, bumalik na si Shaniah. Nakatitig ako sa kanya pero base sa kanyang itsura, alam kong 'di niya rin nakita si Faye. Nalungkot ako sa aming sitwasyon. Pero 'di ako nawalan ng pag asa. Tumayo ako sa aking inuupuan at nag pasiyang hanapin parin namin si Faye. Pinigilan ako ni Shaniah,

"Keith—"

"Bakit? Kailangan nating bilisan Naya, baka nag iisa lang si Faye"

"Keith—please, wala siya dito—" malungkot niyang sinabi sa akin,

"Naya, pati ba naman ikaw susukuan ako?" naiirita kong sinabi sa kanya,

"Keith, kung nandito talaga si Faye, dapat kanina pa natin siya nakita"

"Pero—"

"At kung totoong gusto ka niya, dapat hinahanap karin niya ngayon o sumagot siya sa mga tawag mo!" pasigaw niyang sinabi sa akin.

Natahimik kaming dalawa dahil sa sinabi niya. Tumitig ang ibang tao sa amin. Lumabas ako ng peryahan. Gusto niya akong pigilan pero 'di ako nagpadala. Sinundan ako ni Shaniah palabas. Habang naglalakad humihingi siya ng patawad. Huminto ako, napaluha. Napaupo ako sa sobrang sakit ng nararamdaman ko. Tumabi si Shaniah sa akin at patuloy na humihingi ng patawad,

"Sorry Keith— 'di ko sinasadya, nadala lang ako"

"Hindi— tama ka. Kung totoo ngang may pake siya sa akin, dapat ginawa niya rin ang ginawa ko—"

Naubusan ako ng lakas ng loob. Nawalan na ako ng pag asa. Napagisipan kong umuwi na lang sa amin. Hindi ko kayang tanggapin ang sitwasyon pero kailangan. Nag lakad kami patungo sa bus terminal. Habang na sa byahe, bumabalik ang mga alala ko nung mag kasama kami ni Faye. 'Di ko akalain na ganito ang magiging epekto niya sa akin. Tahimik lang ako sa aking pwesto habang nakatingin sa labas ng bintana. Pagbaba namin ng bus, naisipan kong kumain kami ng street foods. Gusto ko lang maranasan sa huling pagkakataon ang mga sandaling ginawa namin ni Faye ng sabay. Humanap kami ng matatambayan ni Shaniah. May nakita kaming pwesto sa ilalim ng puno. Habang nakaupo, napatanong na lang ako kay Shaniah,

"Naya, sa tingin mo kung mahirap ako— naguusap parin kaya kami ni Faye ngayon?"

"Bakit mo naman natanong?"

"Kasi all this time, pilit kong tinatago na mayaman ako eh, sa kadahilanang baka 'di niya ako tatangapin— Alam mo ang lungkot isipin, siya ang pinakamatagal ko na naging kaibigan kaso hindi siya ang unang nakaalam na mayaman ako"

"Hindi siya ang una?"

"Oo, meron pa ako naging isang kaibigan. Maniwala ka sa hindi, taga skwater area siya. Diyan lang sa first block oh" sabay kong tinuro,

"Tinanggap ka ba?"

"Hindi, tinanggap ko siya. Gusto niya ngang umiwas sa akin dahil mayaman ako. Kaso sabi niya nakita niya sa akin ang 'di niya pa nakikita sa mga mayamang tao"

Habang nag uusap kaming dalawa, biglang tumunog ang aking cellphone. Pag silip ko, nakita kong may isa akong message mula kay Spencer. Agad ko namang binuksan at binasa,

"Keith, pre pwede ba tayong mag usap?"

"Oo naman, anong meron?" reply ko sa kanya,

Biglang tumawag si Spencer. Lumayo muna ako saglit kay Shaniah para makapagusap kami ni Spencer ng masinsinan,

"Keith, pre. Kamusta ka?"

"Sa totoo lang Spence, hindi ako okay ngayon" malungkot kong sinabi sa kanya,

"Bakit naman pre?"

"Spence— hindi na ako kinakausap ni Faye—" biglang bumuhos ang luha ko pagkatapos kong sinabi yun sa kanya,

"Pre! Ano ba kasi ang ginawa mo?!"

"Yun na nga Spence, 'di ko alam. Ang hirap magpaliwanag ngayon pero ang sakit talaga, sobrang sakit!"

"IKAW KASI PRE EH! Two timer ka kasi!"

Nabigla ako sa sinabi ni Spencer. Paano niya nalaman ang patungkol kay Shaniah? 'Di ko pa nga naipakilala sa kanya. Kaya napatanong ako,

"Paano mo nalaman?" nag aalala kong tinanong kay Spencer,

"Pre! Nung Friday, nandun si Faye. Nandun rin ako. Hinanap ka namin. Pero nung nakita ka niya, may kasama kang iba. Tumakbo siya papalayo at sinundan ko. Gusto nga kitang kausapin simula kahapon eh pero napagusapan namin ni Faye na wag raw"

"ANO?! Spence naman! Bakit 'di mo sinabi?!"

"Kasi sobrang nasaktan si Faye pre— Iyak ng iyak pagkatapos kayong makita dalawa nung babae mo. Nagpapasama nga siya sa akin kung saan man siya pupunta. Para maka "move on" raw"

"Spence— 'di ko alam na makikita niya kami nung araw na yun. Totoo ngang ako rin ang dahilan kung bakit ayaw niya mag paramdam"

"Pre, 'di pa huli ang lahat"

"Tapos na Spence. 'Di ko nga alam kung nasan siya. 'Di naman sumasagot sa mga tawag o text ko"

"'Di mo talaga alam— pero ako, alam ko"

Biglang huminto ang mga luha ko. Sinabi sa akin ni Spencer na sa ilog raw sila ngayon. Isang lugar lang ang alam ko kung ilog ang pinaguusapan. Namaalam na muna ako kay Spencer. Tumingin ako kay Shaniah,

"Ano raw ang sabi?"

"Alam ko kung nasan siya—"

Dali dali kaming humanap ng masakyan ni Shaniah. Pag dating namin sa limasawa river, nakita ko si Spencer na umaabang. Sabi niya sa akin, iniwan niya raw saglit si Faye mag isa dun sa upuan. Iniwan ko na muna si Shaniah kay Spencer. Dahan dahan akong lumapit kay Faye. Pansin kong nakatitig lang siya sa ilog. Gusto kong tawagin ang pangalan niya kaso nahihiya ako at kinakabahan. Habang lumalapit, nakatapak ako sa isang kahoy. Napalingon si Faye. Kitang kita ko sa mga mata niya ang sakit na ibinigay ko.

Epilogue

Habang nagkatitigan kami ni Faye, bigla na lang tumulo ang kanyang luha at napatayo. Sabay sabing,

"Bakit ka nandito?" galit niyang sinabi sa akin,

"Faye—"

"Umalis ka na"

"Faye ple—"

"UMALIS KA NA!"

Nanahimik ang paligid namin. Tunog lang ng hangin sa mga puno at ibon ang naririnig ko. Sa kalagitnaan ng pangyayare, bigla na lang bumuhos ang ulan,

"Kung ayaw mong umalis, ako na lang"

"Faye saglit" sabay hawak sa kanyang mga braso para pigilan siya,

"Alam mo ba kung gaano kasakit? Huh? ALAM MO BA KUNG GAANO KASAKIT!"

"Oo naman, alam ko yun kaya nga hihingi ako ng pataw—"

"HINDI MO ALAM! Hindi mo alam—"

Nung mga sandaling yun, ramdam kong wala ng tiwala si Faye sa akin. Dahan dahang namamatay yung katawan ko dahil sa konsensiya. Binitawan ko ang mga braso niya at lumuhod ako. Pilit kong humingi ng patawad habang umiiyak. Tapos dun niya na ipinaliwanag ang lahat,

"Akala ko iba ka sa kanila Keith" napatingin ako sa mga mata niya nung sinabi niya yun,

"Sa tagal nating pagsasama, inisip ko talaga na ikaw na yung totoong magpapasaya sa akin. Walang oras o panahon na 'di ako umayaw sa gusto mo. Pinakita mo sa akin na kaya maging masaya ng isang tao sa simpleng mga bagay. Nakita ko yung saya ko sa'yo Keith. Naging handa ako sa lahat ng bagay para lang maging masaya ka. Pero bakit ganito ang ginanti mo sa akin? Saan ako nagkulang? Saan ako nagkamali? Ano ang ibinigay niya sa'yo na 'di ko naibigay? Natutuwa nga ako kasi 'di mo ako tinaboy nung nalaman mo na 'di marangya ang pamumuhay namin. Tinanggap mo ako. Pero bakit tayo umabot sa ganito Keith? Kulang pa ba? o 'di ka lang talaga nakontento?"

Hindi ako makaimik sa mga sinabi ni Faye. 'Di ko alam na ganito ang pagtingin niya sa akin. Gusto ko sanang ipaliwanag ang lahat pero 'di ako nakakahanap ng tiempo. Tumayo ako at tumitig sa kanyang mga mata sabay sabing,

"Patawarin mo ako Faye—" sabay yakap sa kanya,

"Walang kang kasalanan Keith— sadyang ine-enjoy ko lang ang mga huling araw ko—"

Nabigla ako sinabi niya. Natulala. Hinawakan ko ang dalawa niyang balikat at napatanong,

"Ano ang ibig mong sabihin?"

Hindi siya umimik. Bigla na lang siya humalakhak. Bumuhos ng malakas ang kanyang mga luha. Kaya mas lalo akong nabahala,

"FAYE! ANO ANG IBIG MONG SABIHIN?!"

Tulad ng ulan, patuloy lang din ang pagbuhos ng aming mga luha. Pero tumigil ang mundo ko sa mga sunod niyang sinabi sa akin,

"MAY SAKIT AKO! May sakit ako Keith— possibly dying na rin. Tagal ko nang tinatago 'to. 'Di nga alam ng parents ko eh. Tulad mo, ayaw ko rin silang mag alala. Bago pa man mag pasukan nung grade 11, pansin kong sumasakit ang dibdib ko ng madalas. Ginamit ko ang perang ilang taon ko na itinabi. Para sana yun sa pagpaayos ng bahay. Pero napilitan akong gamitin ito. Pag pa checkup ko sa doktor, nahanap nilang merong tumor na tumutubo banda sa aking puso. Sinabi nila na pwede pa ako gumaling. Pero sa mundo natin, binabayaran ang buhay Keith. Alam ko nung mga sandaling yun na bilang na lang ang oras ko. Handa na rin ako na mamaalam. Kaya lahat ng pwede kong gawin, ginawa ko. Mula sa pagkain ng junk foods, street foods, matuto ng mga bagong bagay at kung ano pa man. Pero yung araw na yun, kung saan una tayong nagkita, 'di ko akalain na yung tao na yun ang babago sa buhay ko. Sa araw-araw ko na pag gising Keith, lubos ako na nagpapasalamat. Kasi alam ko sa bawat pagbangon ko, ikaw ang gusto kong makita. Imagine, handa na akong mamatay Keith! Pero mas gusto kong mabuhay ng dahil sa'yo— Kaya naiintindihan ko kung may kasama ka nang iba. At least sa liit ng panahon na ibinigay sa atin, napangiti kita at napangiti mo ako—"

Tumutulo lang ang luha ko habang tulala sa mga sinabi niya. Namaalam si Faye sa akin. Pinipigilan ko siya pero 'di na siya lumingon. Biglang lumakas ang ihip ng hangin sabay ang pagbagsak ng malakas na ulan. Biglang may naputol na sanga at nahulog patungo sa akin. Nakailag ako pero tuluyan parin akong natumba. Palayo ng palayo si Faye sa akin habang umiiyak. Sinisigaw ko ang pangalan niya pero 'di parin siya lumingon. Bigla na lang siya huminto. Nakatayo lang siya sa kanyang pwesto. Kita ng dalawang mata ko mismo ang pagbagsak niya sa sahig. Tumakbo ako patungo sa kanya. Kita kong namumutla siya. Tinapik ko ang kanyang mga pisngi pero 'di siya nagigising. Sumigaw ako ng saklolo. Agad namang lumapit si Spencer at Shaniah. Nabigla rin silang dalawa sa pangyayare. Nung mga sandaling yun, hindi ko alam ang gagawin. Tapos may naalala ako, isang tao lang ang pwedeng makakatulong kay Faye.

FAYE P.O.V

Wala akong nadidinig na ibang tunog maliban sa boses ni Keith na sumisigaw. Ang gaan ng pakiramdam ko. Lahat ng pananakit biglang nawala. Dahan dahan kong binuklat ang aking mga mata. Una kong nakita ang puting kisame. Tumingin ako sa aking paligid. Pansin kong nag iisa lang akong nakahiga sa isang kwarto. Walang akong maalala kung paano ako nakarating sa lugar na'to. Hindi ko naiintindihan ang mga nangyayare. Gusto ko sanang bumangon kasi medyo nahihirapan pa ako. Pansin ko masakit ang aking dibdib. Pag silip ko sa aking damit, merong mga balot na nakalagay. May biglang pumasok sa pinto, isang doktor,

"Ahh gising ka na. So, kumusta ang pakiramdam mo?"

"Mukhang okay naman po"

"Mabuti naman kung ganon. Sige, saglit lang ha, maiwan na muna kita. Kukunin ko lang yung papers ko patungkol sa'yo"

"Ma'am, pwede pong magtanong?"

"Yes iha?"

"Ma'am 'di ko po alam kung paano ako napadpad dito. Wala po akong pambayad eh"

"Wag kang mag alala iha, naging successful ang operasyon sa'yo at bayad na rin ang bills mo. Isa lang ang gusto ng taong nagpagamot sa'yo. Pagaling ka raw at magpalakas"

"Sino po ma'am?"

"Ayaw niya ipaalam sa'yo ang pangalan niya eh. Pasensya na"

"Ganon po ba? Sige po, pero ma'am pwede ko po bang malaman ang pangalan niyo? Gusto ko pong magpasalamat ng mabuti"

"Ohh tama, kalimutan kong magpakilala. Ako pala si Doktora Guillermo" sabay inabot ang kanyang kamay sa akin,

"Ako po si Faye at maraming salamat po Doktora Guillermo" sabay nakipagkamayan sa kanya,

"It's nice to meet you, Faye. Well, pagaling ka na muna diyan. Maiwan na muna kita"

Paglabas ng pinto ni doktora, labis kong iniisip kung sino ang nag pagamot sa akin. Humiga ako at napatingin sa aking kanan kung saan merong maliit na lamesa. Doon, meron akong may nakita. Isang bracelet. Pamilyar sa akin yung bracelet na yun. Isang tao lang ang nakita kong may suot nito. Agad na lumabas sa utak ko si Keith. Bigla na lang ako napaluha sa ginawa niya. Hindi niya lang ako pinasaya, linigtas niya rin ang buhay ko. Tumagal ako ng dalawang linggo sa pag papagaling sa hospital. Nakapagbisita rin sila mama at papa sa akin habang nandun ako. 'Di rin nga sila makapaniwala na wala na kaming babayaran pa. Inamin ko rin sa kanila na nagkaroon ako ng sakit. 'Di mapigilan nila mama at papa umiyak nung una. Nagkulang raw sila sa akin. Agad ko namang sinabi na hindi totoo yun. Dahil isa sila sa dahilan kung bakit nakumpleto ang pagkatao ko. Pag kadating namin sa bahay, dumeretso ako sa aking kwarto. Nakakapanibago talaga. 'Di ko narin ma contact si Keith. Nasira kasi ang cellphone ko dahil sa ulan nung araw na nawalan ako ng malay. Ikinewento sa akin kasi ni doktora Guillermo na basang basa raw ako nang ulan nung pinasok ako sa hospital.

Habang umuupo at lumalanghap ng hangin, pumasok si mama sa kwarto ko,

"Kamusta ang pakiramdam mo anak?"

"Okay na po ma, mas maluwag haha"

"Mabuti naman kung ganon. Alam mo anak nag papasalamat ako sa taong lumigtas sa buhay mo. Dahil sa kanya, makikita parin kitang nakangiti araw-araw" sabay yakap sa akin si mama,

"Ako rin po ma. Ako rin po—"

"Tama nga pala anak. May nakalimutan akong ibigay sa'yo habang na sa hospital ka"

"Ano po yun?"

"May nag iwan ng sobre dito sa bahay. Para sa'yo ata"

"Kanino po galing?"

"'Di ko kilala eh. Bale maiwan na muna kita, luluto ako ng makakain"

Lumabas si mama ng kwarto ko. Binuksan ko ang sobre. May lamang sulat sa loob at bigla akong napangiti sa aking nabasa,

"Alam mo kung saan ako hahanapin"

Namaalam ako kay mama at papa. Sinabi kong may titignan lang ako saglit. Tumakbo ako sa Limasawa River. 'Di ko mapigilang maluha dahil sa tuwa. Pag dating ko dun, may isang lalake ang nakaupo. Dahan dahan akong lumapit at tinawag ko ang pangalan niya,

"Keith?"

Dahan dahang lumingon ang lalakeng nakaupo sa bangko. Gulat akong si Spencer ang aking nakita,

"FAYE! MAAYOS NA LAGAY MO!" masaya niyang sinabi sa akin habang tumatayo,

"Ikaw pala yan Spencer, kala ko si—"

"Keith? Ah wag kang mag alala, may binili lang siya saglit. Ayun siya oh" sabay may tinuro siya sa aking likuran,

Paglingon ko, nakita ko si Keith na may dalang street foods. 'Di ko na ako nakapag antay at tumakbo na ako patungo sa kanya. Napayakap ako sa sobrang tuwa. 'Di ko rin napigilang maluha. Tumingin ako sa kanyang mga mata. Nakangiti lang siya sa akin at dahan dahang tumulo rin ang kanyang mga luha. Napayakap rin siya ng masikip sa aking katawan.

SPENCER P.O.V

Wala akong ibang nararamdaman maliban sa masaya para sa dalawang kaibigan ko nung mga oras na yun. Masaya akong nauwi sa masaya na pagsalubong ang pagkikita nila muli sa isa't isa. Habang nakatitig sa kanilang dalawa na nagyayakapan, napansin kong naiwan sa ere ang kaibigang babae ni Keith. Kaya dahan dahan akong tumabi sa kanya habang nakatingin kay Keith at Faye,

"Sweet nilang dalawa no?"

"Oo nga eh, sana all na lang talaga"

"Sana all talaga. Wait, ano nga pala ulit name mo?"

"Shaniah. Pero please, call me Naya"

"Well, nice to properly meet you NAYA" sabay inabot ang aking kamay sa kanya,

"Nice to meet you too—"

"Spencer"

"SPENCER. Nice to meet you hahahaha" sabay nakipag kamayan sa akin si Naya.

KEITH P.O.V

Ang saya. Biglang nawala yung bigat sa aking dibdib nung makita ko si Faye na nakangiti. 'Di ko maiwasang mapayakap ng masikip sa kanya. Pabiro ko pang sinabi na,

"Saglit ang street foods hahahaha"

"Ay oo nga pala hahahaha, umupo na muna kasi tayo dun oh"

"Oo nga eh. Tara tara"

Habang nakaupo. Napagusapan namin ni Faye ang mga pangyayare. Inilabas niya ang bracelet na ibinigay niya sa akin nung mga unang beses kami na nagkikita. Naitanong niya kung bakit ko ibinalik 'to,

"Keith—" sabay ipinakita ang bracelet ko,

"Bakit 'di mo 'to suot?"

"Kasi taksil ako Faye. Sabi mo nung una sa akin na sa tuwing sinusuot ko yan, wala akong tinatago sa'yo. Pero all this time, may tinatago akong sikreto. Gusto ko na malaman mo na—"

"Mayaman ka?"

Nabigla ako sa sinabi ni Faye. Ginalingan ko ang pagtago ng aking identity. Paano niya nalaman ng ganon ganon lang?

"Paano mo naman nalaman?!"

"Well, naalala mo yung araw na unang beses tayo pumunta sa bahay mo? 'di ba ang reaksyon ko nun parang alam ko na mayaman ka. Paano ba naman kasi nung unang beses kita dinala rito sa limasawa, nag mamadali ka niyun umuwi kasi hapon na. Tumakbo ka patungo sa highway. Gusto kong maniguardo na makakasakay ka ng ligtas kaya sinundan kita, ang kaso nakita kitang sumakay ng kotse. Tatawagin sana kita pero 'di na ako nag abala. Gusto ko nga sana itanong sa'yo eh, kaso nung nakita ko na sa first block ka nakatira, kinalimutan ko na lang. Pero makalipas ang ilang buwan, nung nakita natin na tinatayo ang peryahan during uwian? Bumalik ka nun sa room mo para kunin ang notebook mo. It was the perfect opportunity para sa akin na may ilalagay ako sa iyong bag. Kaso may nakita akong diary eh so, out of curiousity, binasa ko. Binuksan ko ng panandalian at may isang parte ng diary mo ang nakuha ang aking atensyon. Yun ang tinatago mo ang pagiging mayaman mo dahil takot kang iiwas ako sa'yo. Dun ako nakakasigurado na mayaman ka nga talaga"

"Yun na nga eh. Pasensya ka na— ngayong alam mo na, iiwas ka ba?"

"HA?! Gaga ka ba? HAHAHAHAHA bakit ko naman gawin yun. HOY realtalk, mas gusto ko nga yung original mong look kesa ganito eh. Don't get me wrong, bagay naman sa'yo yung itsura mo ngayon, pero ang akin lang, there's something special sa unang itsura mo eh HAHAHAHA"

"Ano nanaman? Pangit, ganon?"

"Hindi, masayahing tao. Yun ang naisip ko nung una kitang nakita. At isa pa, 'di rin naman ako naging totally honest sa'yo. Isa lang ang sakit ko sa mga tinago ko sa'yo Keith—"

"Meron pang iba?!"

"Yes. Ako ang dahilan bakit nawala si Spencer sa campus. Ako ang bumigay ng intel sa head about sa pag bully ng grupo niya sa'yo. Ako rin ang dahilan kung bakit wala na si Cassandra sa school. At yung sinabi ko sa'yo ngayon, yung about sa nakita kitang sumakay sa kotse at nung binasa ko ang diary mo. So, in general 'di tayo naging honest sa isa't isa for the sake na protektahan ang friendship natin"

"Oo nga eh. Pero naiintindihan ko naman. Ngayon na alam na natin ang secret ng isa't isa. Pwede ba tayo magpakilala ulit? 'di ko parin alam ang last name mo hanggang ngayon eh"

"AY OO NGA PALA, NO?! HAHAHAHAHA. Sige sige"

"Hello po, ako nga pala si Keith Carlos— Keith Carlos Guillermo" sabay inabot ang aking kamay,

"Hi Keith! Ako naman si Faye Ellie— Faye Ellie Villanueva" nakipagkamayan siya sa akin pagkatapos.

Natapos yung araw na yun sa masayang uwian. Bumalik na kami sa kanya kanya naming mga bahay. Since nandito na kami sa point na naging honest na kami sa isa't isa. Napagisipan ko narin na sabihin ang totoo kay daddy at tito Mike patungkol sa pagpapangap namin ni Shaniah na mag kasintahan. Nung una 'di tanggap ni daddy at tito. Pero pinaliwanag namin ni Naya ng mabuti sa kanilang dalawa. Sa huli, pumayag naman silang kahit mag kaibigan lang kami ni Naya. Total, meron naman raw pagtingin sa ibang lalake si Shaniah. Inamin ko rin kila daddy na 'di marangya ang pamumuhay ni Spencer. Kaya namaalam akong gagamitin ko ang aking pera sa pag papatayo ng bahay at negosyo niya ng kanyang papa.

Well, sa amin naman ni Faye, tinapos namin ang school year ng masaya. During graduation, lakas loob kong pinakilala siya kay mommy at daddy. Nagulat nga si mommy na yung nakakasabayan ko raw all this time is yung babaeng ginamot niya. Habang si daddy naman, tinanggap niya kung ano si Faye. Nakita niya raw sa aking itsura na masaya ako, at sapat na raw yun na dahilan para papasukin si Faye sa buhay namin. Tulad rin ng ginawa ko para kay Spencer, ginamit ko rin ang ilan sa pera ko para mas pagandahin ang bahay ni Faye at ang farm ng kanyang pamilya. Pinakilala ko rin si manong Henry kay Faye at sinabing siya ang naghahatid sundo sa akin sa school at siya ang unang nasama sa mga plano ko. Ang malungkot lang na part, 'di namin alam ni Faye kung saang kolehiyo kami papasok. Napagisipan ni daddy na kung saan ako masaya, papayag raw siya na dun ako aaral.

During summer break namin, isang paaralan lang ang pinasukan ko para mag entrance exam. Naging matahimik naman si Faye ng ilang linggo. Sinabi niya sa akin na nag focus muna siya sa paghahanap ng college school. Humingi ako ng araw kung kelan siya libre. 'Di ko kasi naalis sa isipan ko na baka ito na ang huling pagkikita naming dalawa. Dumating ang araw ng biyernes at sinabi niyang pwede raw kami mag kita dahil tapos na raw siya sa lahat ng paaralan na pinasukan niya para mag entrance exam,

"Saan tayo magkita?"

"Kahit dun na sa ilog hahahaha"

Pagdating namin sa Limasawa River, napagisipan kong kausapin siya ng masinsinan patungkol sa mga pusibleng malungkot na mangyayare sa oras na pasukan na sa kolehiyo,

"Faye—"

"Oh, bakit naman?"

"Gusto ko lang mag paalam ng mabuti sa'yo"

"Ha? Bakit anong meron?"

"Alam mo naman na mag co-college na tayo at pusibleng mag hihiwalay na tayong dalawa"

"Hay, yun na nga eh. Ang lungkot masyadong isipin"

"Gusto ko lang na malaman mo na ikaw ang nag bago ng buhay ko. Naniniwala ako na 'di aksidente yung unang pagkita natin sa bus. Tadhana yun. Sigurado akong tadhana yun. Sa loob lamang ng dalawang taon, binago mo lahat. Tulad ng ulan, kala ko nga tuluyan ng madilim ang buhay ko. Pero tulad rin ng madilim na ulan, may lumalabas na bahaghari pagkatapos nito. Ikaw yung bahaghari na yun Faye. Binigyan mo ng kulay ang mundo ko. Malungkot lang na yung bumigay nun, mawawala na sa akin. Pero alam kong nandiyan ka lang. Masakit lang tanggapin sa una talaga. Alam mo, nag research ako patungkol sa ilog na'to. It turns out na ang meaning ng salitang "masawa" sa Limasawa is light. Liwanag. Ikaw yung liwanag ko Faye. Naging liwanag ka sa madilim kong dinadaanan at sa dulo ng daanan na ito ay yung ligaya na naibigay mo sa akin. Kaya sa huling pagkakataon, gusto kong sabihin sa'yo na—"

Alam kong wala na dapat kaming tinatago ni Faye sa isa't isa. Paano ba naman kasi, mukhang 'di niya nabasa ang huling pahina ng diary ko. Gusto ko na ako mismo ang sasabi sa kanya kung ano yung nakasulat. Yun ang totoo kong nararamdaman para sa kanya,

"Faye—" Sabay hinawakan ang dalawa niyang kamay,

"May gust—"

"Wait, saglit Keith. May che-check lang ako saglit"

Aamin na sana ako sa aking nararamdaman para sa kanya. Kaso sumapaw ang notification ng cellphone niya,

"AYYYY! KEITH! PUMASA AKO SA SCHOOL NA GUSTO KO!"

"Ganon ba? Congrats sa'yo!"

Coincidentally, tumunog rin ang notification ng cellphone ko. Agad ko namang sinilip. It turns out na lumabas na rin ang resulta ng aking nag iisa na paaralan na pinasukan,

"Woah. Pumasa rin ako sa school ko hahaha"

"UYYY CONGRATS DIN SA'YO! Saang school ka pala? Ako kasi sa—"

"Sultan Kudarat State University"

Nagulat akong sabay naming sinabi ang parehong school na pinasukan namin. Nawala ang lungkot sa aking itsura. Napangiti rin si Faye sa narinig niya,

"PAREHO NAMAN PALA TAYO NG SCHOOL EH!"

"'Di ko nga ni expect hahahahaha" sabay itinabi ang cellphone ko,

"Ano na nga uli yung sasabihin mo?"

"Ahh basta" sinabi ko habang umiiwas sa kanyang mga mata.

Nung mga sandaling yun, 'di ko na sinabi ang nararamdaman ko para sa kanya. 'Di naman pala kasi kami mag hihiwalay eh. Pinipilit niya akong sabihin yung tinatago ko kaso tumayo ako at tumakbo paalis sa kanya. Nag habulan kaming dalawa pero 'di ko parin sinabi sa huli. Nung mga sandaling yun, napagtanto kong 'di mo kailangan ng maraming pera, maraming kaibigan, magarang kagamitan para maging masaya. Minsan sa buhay, isang tao lang ang magpaparamdam sa'yo kung ano ang ibig sabihin ng totoong ligaya. Kaya lagi kong pinapaalala sa sarili ko na 'di ako magnet ng kamalasan, dapat ko lang talaga hanapin ang mga taong para sa akin.

About the Author

Stephen Christian M. Clavaton a.k.a MgaKathaNiPipen is a college student majoring in an engineering course. Despite being in a course that has no connection to his skills and hobbies, he managed to package himself in. He's a filmmaker, so being an editor and a writer could test his imagination on making a story. Being an author of a novel is only one of his achievements he didn't expected to earn, but through his faith and belief that if you choose to grab that risk, you could only hope that it will be a good or bad outcome. That's why he always remind himself, "Kung ano man yung gagawin mo ngayong araw, gawin mo. Para ibang bagay naman ang gagawin mo bukas. Masyadong precious kasi yung time para masayang"

www.ingramcontent.com/pod-product-compliance
Lightning Source LLC
LaVergne TN
LVHW091635070526
838199LV00044B/1079